சொல்லப்படாத கதைகள்

ஜனநேசன்

Sollaphpadatha Kathaigal (in Tamil)

Jananesan

First Published: December, 2022

Published by

BHARATHI PUTHAKALAYAM

7, Elango Salai, Teynampet, Chennai - 600 018

Email: bharathiputhakalayam@gmail.com / www.thamizhbooks.com

சொல்லப்படாத கதைகள்

ஜனநேசன்

முதல் பதிப்பு: டிசம்பர், 2022

வெளியீடு:

7, இளங்கோ சாலை, தேனாம்பேட்டை, சென்னை - 600 018.

தொலைபேசி : 044-24332424, 24330024 | விற்பனை : 24332924

விற்பனை நிலையங்கள்

அருப்புக்கோட்டை: *கதவுஎண் 49 A/4 மெயின் ரோடு, தெற்கு தெரு - 9994173551*

ஈரோடு: *39: 39 ஸ்டேட் பாங்க் சாலை - 9245448353*

கரூர்: *நாரத கானசபா அருகில் (TNGEA OFFICE)- 9442706676*

காரைக்குடி : *12, 2 வது தெரு, கம்பன் மணிமண்டபம் பின்புறம் - 9443406150*

கும்பகோணம்: *352, ரயில் நிலையம் எதிரில் - 9443995061*

கோவை: *77, மசக்காளிபாளையம் ரோடு, பீளமேடு - 8903707294*

சிதம்பரம்: *22A / 18B தேரடி கடைத் தெரு, கீழவீதி அருகில் - 9994399347*

செங்கல்பட்டு: *1 D ஜி.எஸ்.டி சாலை - 044 27426964*

சேலம்: *15, வித்யாலயா சாலை சாலை | பாலம் 35, அத்வைத ஆஸ்ரமம் சாலை 0427 2335952*

தஞ்சாவூர்: *காந்திஜி வணிக வளாகம் காந்திஜி சாலை - 9655542400*

திண்டுக்கல்: *பேருந்து நிலையம் - 9942331105, 9976053719*

திருச்சி: *வெண்மணி இல்லம், கரூர் புறவழிச்சாலை - 9994289492*

திருநெல்வேலி: *25A, ராஜேந்திரநகர் - 9442149981*

திருப்பூர்: *447, அவினாசி சாலை - 9486105018*

திருவண்ணாமலை: *முத்தம்மாள் நகர்*

திருவல்லிக்கேணி: *48, தேரடி தெரு - 9444428358*

திருவாரூர்: *35, நேதாஜி சாலை - 9442540543*

நாகர்கோவில்: *699 கே.பி.ரோடு R.V.புரம் - 9443450111*

நெய்வேலி: *பேருந்து நிலையம் அருகில், - 9443659147*

பழனி: *பேருந்து நிலையம் அருகில் - 9442883696*

பாண்டிச்சேரி : *கிழக்கு கடற்கரைச்சாலை, இலாசுப்பேட்டை, 9486102777*

பெரம்பூர்: *52, கூக்ஸ் ரோடு - 9444373716*

மதுரை: *37A, பெரியார் பேருந்து நிலையம் - 045 22324674 & சர்வோதயா மெயின்ரோடு*

வடபழனி: *பேருந்து நிலையம் எதிரில் அடையார் ஆனந்தபவன் மாடியில் - 9444476967*

விருதுநகர்: *131, கச்சேரி சாலை - 0456 2245300*

வேலூர்: *பேஸ் III, சத்துவாச்சாரி - 9442553893*

நினைத்த நூல்கள்... நினைத்த நேரத்தில்...

 BharathiTV | www.bookday.in

thamizhbooks.com ⓒ 8778073949

சமர்ப்பணம்

கொரோனா கொடுந்தொற்றுக்கு எதிராக களம் கண்டு
போராடி கோடிக்கணக்கான மக்களின் உயிரைக்காத்த
அனைத்து முன்களப் பணியாளர்களுக்கு...

என்னுரை

காலம் ஒரு தேர்ந்த நெறியாளுநன். கலைநுட்பம் அறிந்தவன். மேகப் படிமங்களாக நொடிதோறும் மாறிக் கொண்டிருக்கும் சமூகச் சூழலில் எதை விவாதிக்க வேண்டும்; எதை யாரைக்கொண்டு எப்படி விவாதிக்கச் செய்ய வேண்டும் என்று அறிந்தவன். இந்த நூற்றாண்டில் மனிதகுலத்திற்கு ஏற்பட்ட பெருந்துயரம் கொரோனா தொற்று குறித்து சமூக வாழ்வின் சகல அடுக்குகளிலும் இந்த நுண்தொற்று பதித்த தடங்கல், பாதித்த அவலங்கள் ஏராளம். இந்தத் தொற்றுக்கு நதிமூலம் உற்று அறிய முயன்றால் பல பல சிறு பாதைகள் கிளை விரிக்கின்றன. பல அதிர்ச்சியான முள் முடிச்சுகளை அவிழ்க்க வைக்கின்றன. இதில் ஒரு முடிச்சு இயற்கையோடு விலகிச் செல்லும் மனித வாழ்வியல் முறைகள். தன்னலம்மிக்க மனிதத் தாக்குதல்களைத் தாங்கிக் கொண்டிருந்த இயற்கை தனது எதிர் தாக்குதலைத் தொடங்கிவிட்டதோ என்ற ஐயம் எழுகிறது.

இது ஒருபுறம். சமூகவிலங்குகளாக உலாவிய மனிதர்கள் சமூகவியல் தாக்கங்களிலேயே உழல்கின்றார்கள். இந்தக் கொரோனாவை வெல்லுதல் அரிது என்றுணர்ந்த பல மனிதர்கள் இந்தக் கண்ணுணரா கிருமியோடு சேர்ந்து வாழவும் முயன்றார்கள்.

இப்படியான சூழலில் வாழும் மனிதர்களைப் பார்த்ததும், அவர்களோடு வாழ்ந்து பட்டதும், கற்றதும் கலந்து, காலக் கலைஞன் என்னுள் நெறிபடுத்தியபடி படைப்புகளாக்கினேன். இவற்றை தமிழ் கூறும் நல்லுலகின் அச்சு, மின் ஊடகங்கள் வழி உலாவ விட்டேன். இப்படைப்புகள் தினமணிக்கதிர், காக்கை சிறகினிலே, உயிர்எழுத்து, புதிய ஆசிரியன், போன்ற அச்சு ஊடகங்களிலும், புக் டே.இன், திண்ணை. காம், குவிகம்.காம் போன்ற மின் ஊடகங்களிலும் வெளியாகி வாசகர்களின் வரவேற்பைப் பெற்றன. வெளியாகும் ஒவ்வொரு கதையையும் வாசித்து கருத்துகளைப் பகிர்ந்த தோழர் [அமரர்] கு.சின்னப்ப பாரதி, பா. செயப்பிரகாசம், தேனீ. சீருடையான், நாஞ்சில்நாடன், சாந்தாதத், அமரந்தா போன்றவர்கள் உற்சாகம் அளித்தனர். வினைதீர்த்தான் போன்ற கதைசொல்லிகள் பல்வேறு இணையதளங்களில் சுவையாகப் பகிர்ந்தனர். இத்தொகுப்பில் இடம்பெற்றுள்ள "புதியன புகுதல்" என்னும் படைப்பு

புதுக்கோட்டை புத்தகத்திருவிழாவில் 2021இல் இணைய இதழில் [திண்ணை.காம்] வெளியான சிறந்த படைப்புக்கான விருதினைப் பெற்றது.

மேற்கண்ட ஊடகங்களுக்கும், எழுத்தாளுமைகளுக்கும் நன்றி தெரிவித்து இப்படைப்புகளை "சொல்லப்படாத கதைகள்..." என்ற தொகுப்பு நூலாக தமிழ்கூறும் நல்லுலகின் வாசக நெஞ்சங்கள் முன் வைக்கின்றேன். வழக்கம் போல இந்த எட்டாவது சிறுகதை தொகுப்பினையும் வாசித்து கலந்துரையாடுவீர்கள் என்று நம்புகின்றேன்.

எனது முந்தைய ஏழு சிறுகதை நூல்களுக்கு பெயரிடும்போது நூலின், தலைப்பு அந்தத் தொகுப்பில் உள்ள ஒரு கதையின் தலைப்பாக இருக்கும். ஆனால் அந்தத் தலைப்பு அத்தொகுப்பிலுள்ள அனைத்துக் கதைகளின் சாரத்தையும் உள்ளடக்கிய பொதுப் பெயராகவே அமையும். அவ்வண்ணமே "சொல்லப்படாத கதைகள்" என்ற தலைப்பு அந்தக் குறிப்பிட்ட கதையோடு நின்றுவிடாமல் இத்தொகுப்பின் அனைத்துக் கதைகளின் உள் ஆன்மாவைக் குறிக்கிறது என்பதை உணர்வீர் என்று நம்புகின்றேன்.

இந்தக் கொடுந்தொற்றுக் காலத்தில் என்னைக் காப்பாற்றி, உற்சாகமாக எழுதவும் வாசிக்கவும் நண்பர்களோடு உறவாடவும் துணைநின்ற எனது துணைவியார் விஜயலட்சுமி, மூத்த புதல்வரும் மாவட்ட ஆட்சியருமான கர்ணன், மருமகள் துணை ஆட்சியர் பிரியங்கா கர்ணன், இளைய புதல்வர் மரு.நிருபன் பாரதி, மருமகள் மரு.ஜனனி மற்றும் என்னை பால பருவத்துக்குள் அவ்வப்போது இட்டுச்செல்லும் பேரன்கள் ஷவ்ர்யா கௌதம், கவின்மித்ரா ஆகியோரை நன்றியோடு குறிப்பிட்டாக வேண்டும். ஏனெனில் கொடுந்தொற்றில் உயிர்காற்றை மட்டுமல்ல, வாழ்வதற்கான உத்வேகத்தையும் தந்தவர்கள் இவர்களே! இந்தச் சிறுகதை நூலினை சிறப்பாகக் கொண்டு வந்து உங்கள் கைகளில் தவழவிட்டுள்ள பாரதி புத்தகாலய நிர்வாகி நாகராஜ் உள்ளிட்ட தோழர்களுக்கு நன்றியும் அன்பும்.

அன்புடன்,
ஜனநேசன்.

உள்ளடக்கம்

1

குருகும் உண்டு மணந்த ஞான்றே...

"படித்திருந்தும் இப்படி முட்டாளாய் இருந்திட்டோமே... கொஞ்சம் எச்சரிக்கையாக இருந்திருக்கலாமோ... யாருக்குத் தெரியும் இப்படி நம்பிக்கை மோசம் செய்வான் என்று....மாலை போட்டவன் காலை வாருவான்; கைகளைப் பற்றியவன், இப்படி நட்டாற்றில் விடுவான் என்று நினைக்கவில்லையே... என் முகத்தில் வழிந்த கண்ணீரைத் துடைத்தது ஏமாற்றவா.. நினைக்க நினைக்க ஆவேசம் பொங்கியது. அழக்கூடாது. நடக்க வேண்டியதைப் பார்ப்போம்.

குடிமைப்பணித் தேர்வுக்காக அவளும் அவனும் சேர்ந்து படித்தனர். இவள் படித்ததை அவனிடமும், அவன் படித்ததை இவளிடமும் பகிர்ந்து கலந்து படித்தனர்; படிப்பின் தூரம் குறைந்து மனத்தால் நெருங்கினர். இவர்கள் சேர்ந்து படித்ததை சகப் பயிற்சியாளர்கள் அனைவரும் அறிவர். அவர்களே இவர்களது நெருக்கத்தை கேலியும் கிண்டலும் பேசி உற்சாகப்படுத்தினர். இருவரும் முதன்மைத் தேர்வில் வெற்றி பெற்றனர். அவன் நேர்முகத் தேர்வில் காவல்துறைப் பணிக்கு தேர்வாகிவிட்டான். இவள் ஆட்சிப் பணிக்கான நேர்முகத்தேர்வில் தேர்வாகவில்லை. இதே வைராக்கியத்தை விட்டுவிடாமல் அந்தப் பயிற்சி நிலையத்தில் பயிற்றுநராகப் பணியாற்றிக்கொண்டே அடுத்த தேர்வுக்காக தயாராகிக் கொண்டிருக்கிறாள்.

அவன் காவல்துறை பயிற்சி முடித்ததும் தில்லியிலே பணியமர்த்தப்பட்டான். அவனுக்கு பயிற்சி நிலயத்தில் பாராட்டுக்கூட்டம் ஏற்பாடு செய்திருந்தனர். அவன் விடைப்பெற்று செல்லும் நாளில் அவனிடம் அழுதாள்.. கைவிடமாட்டேன் என்று உறுதிகூறினான். சேர்ந்தே சினிமாவுக்குப் போனார்கள். பிரிவின் துயரம் நெருக்கத்தைத் தேடியது. விடுதியில் உண்டனர். உறங்கினர். கலந்தனர். மறுநாள் பணியில் சேர டில்லிக்குப் பறந்தான். ஒரு மாதம்வரை அனுதினம் இரவு பேசினர்; மகிழ்ச்சியில் சிறகசைத்தனர். பிறகு வேலை அதிகமென்று பேச்சைக் குறைத்தான். அவனது கைப்பேசி எண்ணை மாற்றிக்கொண்டான். அவனது மின்னஞ்சல் முகவரியையும் மாற்றிக்கொண்டான். அவனது உயிர்த்துளி இவளுள் வளரும்போது அவன் தொடர்புக்கு அப்பால் போனான். நண்பர்கள் மூலம் அவனைத் தொடர்புகொள்ள பல வகையில் முயன்றும் முடியவில்லை. நண்பர்கள் எவரையுமே

சாட்சி வைத்துக் கொள்ளவில்லையே. இவர்களது நெருக்கத்தை ஊக்கப்படுத்தியவரெல்லாம் இவளை புண்படுத்துகிறார்கள்.. "சேர்ந்து படிக்கலாம். சேர்ந்து படுக்கலாமா? அவன் டில்லியில் எந்த வசதியான வடநாட்டு வெள்ளைத்தோல்காரியோடு திரிகிறானோ..." நண்பர்கள் இவளுக்கு மனம்கொத்திகளாகினர். மனம் நைந்து. சந்திப்பிள்ளையார் கோவில்முன் நின்று புலம்பினாள்.

"பிள்ளையாரப்பா உன் முன்னாலதானே நாங்கள் மாலை மாற்றி மஞ்சள்கயிறு அணிந்து கொண்டோம். நீ சாட்சி சொல்ல மாட்டாயா...என் கண்ணீருக்கு வழி சொல்லமாட்டாயா." என்று இறைஞ்சினாள். கணப்பொழுதில் ஒரு குருவி பிள்ளையாரின் முன் வைக்கப்பட்டிருந்த பொங்கலைக் கொத்திக்கொண்டு இவளது தோளுக்கு மேல் எதிரிலிருக்கும் விளக்குக் கம்பத்திற்குப் பறந்தது. இவள் ஏறிட்டுப் பார்த்தாள். அங்கே ஒரு குறுங்காமிரா பொருத்தி இருந்தது. கண்கள் நீர் பொங்க அப்பகுதி மின்சேவை அலுவலரிடம் கெஞ்சி அன்றைய நாளின் காமிரா பதிவின் நகலைப் பெற்றாள். பின்னர் தனது பயிற்சிநிலைய அலுவலரின் உதவியால் திரையரங்க நுழைவுவாயில் அந்நாளைய காமிரா பதிவிலிருந்தும், உணவகத்து காமிரா பதிவிலிருந்தும் நகல் பெற்றாள். ஆனால் அவள் கெத்தாக, கெஞ்சலாகப் பல பொய்களைச் சொல்லி காமிரா பதிவு நகல்களைப் பெறும்போது அவர்களின் பார்வை மேய்ச்சலின் பற்கள் அவளை துளைத்த ரணம் சொல்லில் அடங்காது. நாள்காட்டித் தாள்கள் கரையக் கரைய குழந்தை வளர்ந்து கொண்டிருந்தது. ஐ.ஏ.எஸ். பாஸ் பண்ணிவிட்டுத்தான் வீட்டுக்கு வருவேன் என்று மாதாமாதம் பெற்றோர்களுக்கு பணம் அனுப்பி சந்தேகம் வராமல் பார்த்துக்கொண்டாள். ஊரை உறவை மறைக்கலாம். வயிறை மறைக்கமுடியுமா? அவனிடம் இருந்து எந்தத் தகவலும் கிடைக்காத நிலையில் "நேரே அவனது பெற்றோரை சந்தித்து முறையிடுவோம். முடியாத பட்சத்தில் சட்டப்பூர்வமாக முயலுவோம்." என்று புறப்பட்டாள்.

ஆட்டோவிலிருந்து இறங்கியதும் அவள் அந்த வீட்டை நிமிர்ந்து பார்த்தாள். கம்பீரமாகத் தோன்றியது. உள்ளே இடப்புறம் வளைந்து நின்ற ஒற்றைத் தென்னையும், வலப்புறம் குளிர்நிழல் குடை விரித்திருக்கும் வேம்பும் அழகு சேர்த்தன. வந்த வேலையை விட்டு விட்டு இப்படி மனதை பறிகொடுத்தால் தானே இவ்வளவு துயரம். இன்னும் தனக்கு புத்தி வரலையே... கடிந்து கொண்டு முன் நகர்ந்தாள். சுற்றுச்சுவரில் ஒரு பித்தளைத் தகட்டில் அவனது பெயர், இந்திய காவல்பணி என்று மின்னியது. அவளைக் கேலி செய்வது போலிருந்தது. கரும்பழுப்பில் மஞ்சள் பூ

பொறித்த கனத்த இரும்புப்படல் அவனது மனதைப் போலவே வழிமறித்து நின்றது. அதை உந்தித் தள்ளினாள்; தாழிடாமல் இருந்தது, முனகலோடு திறந்தது. வீட்டிற்கு முன் இடப்புறம் ஒரு முல்லைக்கொடி கம்பைப் பற்றி மேலே ஏறத்துடித்துக் கொண்டிருந்தது. வலப்புறம் மல்லிகை, செவ்வந்தி, சாமந்திப்பூ செடிகள் கண்ணுக்கு குளிர்வைத் தந்தன. வாசலை விட்டு விலகி கறுப்பு இன்னோவா கார் நின்றிருந்தது. கைகள் நடுங்க மெல்ல அழைப்புமணியை அழுத்தினாள். மைனாவின் மென்கூவல் ஒலித்தது. "இதோ வர்றேன்" என்ற கனிந்த குரலைத் தொடர்ந்து சிவப்பு வளையல்கள் ஒளிர, சோப்புக்குமிழ்கள் படிந்த வலக்கரம் கதவை திறந்து, "வாங்க உள்ளே" என்றபடி மின்னலாக உள்ளே மறைந்தது.

காலை மணி பத்திருக்கும். காலைச் சிற்றுண்டிக்குப்பின் அவனது பெற்றோர் இருவரும் செய்தித்தாள்களை புரட்டிக் கொண்டிருந்த நேரம். ஐந்தரையடி உயரம் கொண்ட அவளது வட்டமுகத்தில் கருவுற்ற துயரமேகத்தை மறைத்து புன்னகைத்து கைகளைக் கூப்பினாள். பெற்றோர் அவளை அடையாளம் கண்டு அமரச் சொல்லி உபசரித்தனர்.

இவளை பார்த்ததும் அவனுக்கு பாராட்டுவிழா நடந்தபோது, இவள் உற்சாகமும் சுறுசுறுப்புமாய் இனிய சொற்களைக் கோர்த்து நிகழ்ச்சியை நடத்திய விதம்; இவளது ஈர்ப்பான முகம் பெற்றோரது நினைவுக்கு வந்தது, இன்று அவளது உடல்நிலை மாற்றம் அவள்மீது பரிவைச் சுரந்தது. இந்தச் சூழலில் தனக்கும் அவர்களது மகனுக்கும் உள்ள உறவையும், மகனது சிசுவை சுமந்துகொண்டு இருப்பதை விம்மலுக்கிடையில் சொன்னாள். அவளது இந்நிலைக்கு மகன்தான் காரணம் என்பதை தந்தை ஏற்க மறுத்தார். தாய் இறுக்கத்தை தளர்த்தி வெடித்தார்.

"கலெக்டருக்கு படிக்கிற பொண்ணு, ஒரு மூணாவது மனுஷருக்கு கூட தெரியாம கல்யாணம் செஞ்சுக்கலாமா...? எங்கமகன் தான் உன்னை கல்யாணம் செஞ்சுகிட்டதுக்கு சாட்சிகள் இருந்தால் உன்னை எங்க மகனுக்கே கல்யாணம் செஞ்சு வைக்கிறதில எங்களுக்கு மறுப்பில்லை. ஆனா இதில் பொய்யோ கபடமோ இருந்தால் பொண்ணுன்னு பார்க்காம தக்க தண்டனை வாங்கித்தரத் தயங்க மாட்டோம்."

"நீங்களும் எனக்கு அம்மா அப்பா மாதிரிதான். உங்கள் மகன் மீது கொண்ட அளவற்ற பிரியத்தாலும், நம்பிக்கையாலும், என்னைப் பற்றி யோசிக்காமல் உங்கள் மகனிடம் என்னைக் கொடுத்து விட்டேன். ஆனால் தங்கள் மகன் என்னோடு

தொலைப்பேசியில் பேசவும், மின்னஞ்சலில் தொடர்பு கொள்ளவும் தவிர்க்கிறார். கைப்பேசி எண்ணையும் மின்னஞ்சலையும் மாற்றிக் கொண்டார் என்றறிந்ததும் தான் வயிற்றில் வளரும் சிசுவுக்காக நானே சாட்சிகளைத் தேடினேன். மஞ்சள் கயிறு கட்டிய கோலத்தில் ஒரு தன்படம் கூட எடுத்துக்கொள்ளத் தோன்றாமல் போனதே என்ற தன்னிரக்கம் என்னைப் பிழிந்து வதைத்தது.

2019 ஆகஸ்ட் ஒன்பதாம் தேதி அந்த ஜன நடமாட்டமில்லாத பிள்ளையார் கோவிலில் நாங்கள் கல்யாணம் செய்து கொண்டோம். கோவிலுக்கு எதிரே உள்ள மின்கம்பத்தில் பொருத்தப்பட்டுள்ள கண்காணிப்பு காமிராவில் பதிவு உள்ளது. அதன் நகலைப் பெற்றுள்ளேன். அதே நாளில் உணவகத்தில் உண்டது, திரைப்படத்திற்கு சென்றது, அன்றிரவு விடுதிக்கு சென்றது என எல்லாவற்றிற்கும் சாட்சிகளாக கண்காணிப்பு காமிரா பதிவுகளைப் பெற்றுள்ளேன். இதோ பாருங்கள். இந்த சாட்சிகளைப் பெற நான் பட்ட சொற்காயங்களும், விழுங்கும் பார்வைகளும், ஏளனங்களும் சொல்லத்தக்கன அல்ல. நான் பட்ட துன்பம் எந்தப் பெண்ணுக்கும் நேரக் கூடாது" தேம்பினாள்.

அப்பா பேச்சிழந்து உறைந்திருந்தார். அம்மா அவளை ஊடுருவிப் பார்த்தாள். "நாங்கள் விடுதி அறைக்குள் இருந்த நிலைக்கும் ஆதாரம் கேட்பீர்களானால்..., அம்மா...தெய்வமே.. என் வயிற்றில் வளரும் சிசுவின் மரபணுவையும் சோதித்துக் கொள்ளுங்கள் என்று மூச்சுவிடாமல் பேசியவள் மூர்ச்சையானாள். சரியும் முந்தானையை சரிசெய்யும் வேகத்தில் லாவகமாய் அம்மா அவளைத் தாங்கி மடியில் ஏந்தினாள்.

அப்பா ஓடி தண்ணீர் கொண்டு வந்து முகத்தில் தெளித்து மயக்கம் தெளிவித்தார். "அம்மா பதறாதே. உன் வயிற்றில் வளரும் குழந்தைப்பற்றி கவலை வேண்டாம். அது எங்களது குடும்ப வாரிசு. நீ நினைத்திருந்தால் உன்னிடம் உள்ள ஆதாரத்தை எல்லாம் மின்னூடகங்களில் கொடுத்தோ, வழக்கு தொடுத்தோ எங்களது மகன் பணிக்கு களங்கத்தையும், எங்கள் குடும்பத்திற்கும் தீரா அவப்பெயரையும் ஏற்படுத்தி இருக்கலாம். ஆனா, அப்படி செய்யாமல் எங்களிடமே முறையிட்டாய். அவனுக்கு நடத்திய பாராட்டு விழாவிலே உன்னைப்பற்றி விசாரித்தோம். உன்னை நம்புறோம். கவலைப் படாதே... உள்ளறையில் போய் ஒய்வெடு." என்றார். அவளுக்கு உயிர் மீண்டு வந்தது போல் இருந்தது.

[15-6-2021-குவிகம் இணைய இதழ்.]

2

கண்ணீர்ப்படை

மக்கள் போக்குவரத்து நிறைந்த சாலை. இடப்புறம் காய்கனி மார்க்கட். அம்மன்கோயில்; வலப்புறம் வங்கிகளும், ஜவுளி, நகைக்கடைகளும் மினுக்கின. சாலையோரம் நடைபாதையில் நிழற்குடைவிரித்த வேப்பமரத்தின் கீழ் தாய் மங்கம்மா, பெண் குழந்தையை இடுப்பில் அணைத்தபடி உறுமிமேளத்தை முழக்கி போவோர் வருவோரின் கவனத்தை ஈர்த்தாள். இடவலமாய் பத்தடியில் இருமூங்கில்கழிகள் நிறுத்தப்பட்டு இடையில் கெட்டி நூல்கயறு பிணைத்திருந்தது. புழுதி படிந்த நட்சத்திரக் கிழிசல்கள் விழிக்கும் தளர்வான பேன்ட்டும், ஒட்டிய வயிற்றையும், நெஞ் செலும்புகளையும் மறைக்காத மேல்சட்டையும் அணிந்த வெங்கடப்பா குட்டிக்கரணங்களைப் போட்டுக் கொண்டிருந்தான்.

மூங்கில்கழைகளில் கட்டிய கயிற்றின் கீழ் மேடையாகப் பாவித்து மூன்று வயது சிறுமி தோளில் விழும் இரட்டைசடைப் பின்னலை சிலிர்த்து பின்தள்ளியபடி அவளும் சிறு குட்டிக்கரணம் போட முயன்று விழுந்து எழுந்து தன்னைத்தானே கைகளைத் தட்டி உற்சாகப்படுத்தியபடி இருந்தாள். ஒரு சிறு பட்டுப்பூச்சி சிறகசைத்து வட்டவலசை சுற்றப் பழகுவதுபோல் இருந்தது. அச் சிறுமி கரணம்போட முயலும் போதெல்லாம் அப்பாக்காரன் சிறு சிறு விசில் ஒலிகளை முழக்கி உற்சாகப்படுத்தியது பாதசாரிகளை ஈர்த்து நின்று பார்க்க வைத்தது.

தாய் உரத்தக் குரலில் பாடிக்கொண்டே, பாடலுக்கு இசைவாக உறுமி லயநறுக்குகளை காற்றில் தூவினாள்.

"அம்மாமாரே, அய்யாமாரே, அக்காமாரே, அண்ணமாரே

வயித்துக்காக மனுஷன் கயித்தில ஆடுறான் பாருங்க...

கவனம் தப்பினா பிணமுங்க! கரணம் தப்பினா மரணமுங்க!

உங்க கைதட்டும், கருணையால் போடும் துட்டும்

எங்க வித்தைக்கு ஜீவனுங்க! அம்மாமாரே, அய்யாமாரே

பார்த்துகிட்டே நடக்கிறவங்க, நின்னுகிட்டு ரசிக்கிறவங்க

கையைத் தட்டுங்க! கருணையோடு துட்டைப் போடுங்க!

உங்க மனசைத் திறங்க, எங்க வயித்தை நிரப்புங்க!

டகு டகு...டண்டகு டகு டகு..டிவி டிவி.. டிண்டகு டிவிடிவி..."

பாட்டுக்கேற்றபடி சிறுகையால் அபிநயம் பிடித்து சிறுகாலால் சிறுமி சுழன்றாட பாவாடை நீர்ச்சலனம் போல காற்றில் வட்டம் போட்டது. வெங்கடப்பா கயிற்றில் ஏறி சிறுகம்பை குறுக்காக நீண்டபுஜமாக்கி தனதுடல் கனத்தையும் காற்றையும் புவிஈர்ப்பையும் சமன்செய்து மெல்ல மெல்ல எட்டு வைத்து நடந்தான்.

மனைவி உறுமியிசையோடு இரக்கம் சுரக்க பாடிக்கொண்டே சுற்றி நிற்கும் மக்களின் முகங்களைக் கவனித்தாள். இடுப்பில் தொற்றிய குழந்தை கையும், காலையும் அசைத்து அம்மாவின் பாடலுக்கு ஜீவசுருதி கூட்டியது. மனம் சுரந்த மக்கள் கைதட்டி ஐந்து, பத்து, இருபது என நோட்டுகளை, நாணயங்களை அபிநயித்து சிறு அசைவுகளோடு வரும் சிறுமியின் தட்டில் போட்டனர். உதிரும் இலையோசைக் கேட்கும் காது விடைத்து துட்டோசைக் கேட்டபடி அப்பாக்காரன் கயிற்றில் நடந்தான்.

கூட்டத்தில் நின்ற ரசிகர்களின் விசில் முழக்கமும், கைதட்டலும் புதிய பார்வையாளர்களை ஈர்த்தது. கூட்டத்தின் வட்டம் சாலையின் நடுப்பகுதிவரை விரிவடைந்தது. கூட்டத்தின் உற்சாகம் அவள் அடித்த உறுமியில் எதிரொலித்தது. தனக்குள் பொங்கிய உற்சாகப் படபடப்பை அடக்கி பதனமாக நடந்து கயிற்றின் மறுமுனையை நெருங்கிக் கொண்டிருந்தான்.

அப்போது வெள்ளைநிற ஆடிக்கார் ஒன்று ஹாரனை அலறவிட்டபடி கட்டுப்பாடின்றி கூட்டத்துக்குள் புகுந்தோடியது. காரின் ஒலி கேட்டு பார்வையாளர்கள் பலர் கதறலோடு சிதறி பலதிசைகளில் ஓடினர். சிலர் விழுந்து மிதிபட்டனர். கயிற்றிலிருந்து குதித்து இறங்கிய வெங்கடப்பனை கூட்டம் கீழே தள்ளி ஓடியது. விழுந்தவன் எழுவதற்குள் கார் அவன்மீது ஏறி நிற்காமல் ஓடியது. "ஐக்க..ம்...மா..." என்ற அலறல் நசுங்கிய நெஞ்சிலிருந்து பீச்சிய ரத்தத்தோடு அடங்கியது. சிறுமி கதறி அம்மாவிடம் ஒண்டியபோது அம்மா மயங்கி கைப்பிள்ளையோடு நடைமேடையில் விழுந்தாள். சிறுமி தட்டில் சேகரித்த பணச்சுருள்கள் சிதறி சாலையில் ஓடிய ரத்தத்தில் ஒட்டிகொண்டது. சுருண்ட நோட்டுகளில் ரத்தக்கறையின் ஊடே காந்தியின் பொக்கைச் சிரிப்பு தென்பட்டது.

ஒருவர் ஆம்புலன்சுக்குப் பேசினார். "இந்த ஆடிக்கார் அந்த அரசியல் பிரமுகரது; ஆனா ஒட்டியது அவர்மகனா, வேறாளான்னு" தெரியலை. பெரிய இடத்து விவகாரம்! நம்ம இங்க நிக்கக்கூடாது என்றவாறு சிலர் விலகிப் போயினர். ஆம்புலன்ஸ் வரும்போது கழைக்கூத்தாடி குடும்பத்தவரைத் தவிர வேறெவருமில்லை. அக்கம்பக்க கடைகள் அடைக்கப்பட்டன. போக்குவரத்து காவலர்களும், செய்தியாளர்களும் குவிந்தனர்.

சிறுமி அப்பாவைப் பார்த்து அழுதபடி ரத்தத்தில் ஒட்டிய ரூபாய்நோட்டுகளை எடுக்க முயன்றாள். போலீஸ்காரர்கள் தடுத்தனர். எல்லாவற்றையும் காமிராவில் பதிவு செய்தபின் சிதைந்த கழைக்கூத்தாடியின் உடலைச் சேர்த்து பெரிய பாலிதீன் சாக்கில் அள்ளி வண்டியில் ஏற்றினர். மயங்கிய மங்கம்மாவை தண்ணீர் தெளித்து எழுப்பி கைத்தாங்கலாக ஆம்புலன்சில் ஏற்றினர். அழுது கதறிய சிறுமியை அம்மாவின் அருகில் உட்கார வைத்தனர். ஆம்புலன்சில் எரிந்த பச்சை சிவப்பு நீலநிற விளக்குகளைப் பார்த்து கைக்குழந்தை கண்களை விரித்து கைகளை ஆட்டி சிரித்தது. அம்மா மயக்கம் தெளியாது வேர்பிடுங்கிய செடியாக சொணங்கி இருந்தாள்.. வதந்தி வேகத்தில் மின்வெளியில் இந்த விபத்து உலகெங்கும் பரவியது. அரசு எந்திரம் வழக்கம் போலிருந்தது.

மாநகரெங்கும் சுற்றித் திரியும் கழைக்கூத்தாடிகளுக்கு செய்தி எட்டவும் மருத்துவமனை முன் குவிந்தனர். செல்வாக்குள்ள ஒரு பெரிய மனிதரின் கார் தங்களது ஆளை புழுவை நசுக்கியது போல் நைத்து சென்றதை போலீஸ் கண்டுகொள்ளவில்லையே என்ற ஆத்திரம், உயிரிழப்பைவிடக் கூடுதல் வலியையும், ஆவேசத்தையும் கிளர்த்தியது.

தாய் கைக்குழந்தையுடன் பெண்கள் வார்டில் சேர்க்கப்பட்டாள். சிறுமி அம்மாவின் கால்மாட்டில் உட்கார்ந்து வார்டில் நடப்பதை வேடிக்கைப் பார்த்திருந்தவளுக்கு பசிமயக்கமும் அப்பாவின் மரணமும் அழுத்த சோர்ந்து படுத்தாள். கழைக்கூத்தாடிப் பெண்கள், மங்கம்மாளின் பெண்கள்வார்டு முன்பும், ஆண்கள் பிணவறை முன்பும் குழுமியிருந்தனர். அவர்கள் கூடிப்பேசும் ஒலிகள் மரத்தில் அடையும் பறவைகள் இரைச்சல்போல் கேட்டது. பிணக்கூராய்வு மறுநாள் பகல் பன்னிரெண்டுமணி வாக்கில்தான் நடக்கும் என்ற தகவல் வந்தது.

மருத்துவமனை சாலை, மாவட்ட ஆட்சியர் அலுவலகம், மாவட்ட நீதிமன்றம், புறநகர் பேருந்துநிலையம் போன்ற முக்கிய இடங்களை இணைக்கும் சாலை. இங்கு மறியல் செய்தால் தீர்வு விரைவில் கிட்டலாம் என்பது கழைக்கூத்து இளந்தாரிகளது எண்ணம்.

மூத்தவர் நரசய்யா சொன்னார்: "போலீஸ்காரர்கள் நம்மை கவனிக்கிறார்கள். இங்கே மறியல் செய்தால் நம்மை கைதுசெய்து தொலைதூரத்தில் கொண்டுபோய் இறக்கிவிடுவர். அப்புறம் செத்துப்போன வெங்கிடப்பா குடும்பத்துக்கு நியாயமோ, இழப்பீடோ கிடைக்கத் தாமதமாகலாம். இங்கிருந்து நழுவிப்போய் வேறொரு காரியம் செய்வோம்" என்று கிசுகிசுத்தார். காவலர்கள் இருவர் காதுவிடைக்க இவர்களைக் கடந்து போயினர்.

"நாளைக்குதான் உடல் கிடைக்குமாம். வாலிபர்கள் ரெண்டுபேர் இங்க நிற்கட்டும். வாங்க நாம வயித்துப் பிழைப்பைப் பார்ப்போம்" நரசய்யா சத்தமாகச் சொன்னார். அவர்கள் புரிந்துகொண்டு ரெண்டிரெண்டு ஆண்களையும், பெண்களையும் நிறுத்திவிட்டு கலைந்தனர். அவர்களது பின்னால் போலீஸ் வருவதாக உணர்ந்தனர். மெளனமாக அவர்கள் தங்கி இருக்கும் பகுதிக்குப் போயினர். காவலர்கள் எவரும் வரவில்லை என்று உறுதிப்படுத்தியபின் நரசய்யா அடுத்த திட்டத்தைச் சொன்னார்.

மாலை ஐந்துமணி. மேற்கு வானம் சிவப்பும், நீலமுமாய் பதாகை விரித்திருந்தது. அந்திச்சூரியன் மெளனமாக நகர்ந்து கொண்டிருந்தான். மாவட்ட நீதிபதிகள் குடியிருப்பு நுழைவாயில் முன்பும், வெளியேறு வாயில் முன்பும் ஐந்தாறு ஆண்களும் பெண்களுமாக பூம்பூம் மாடுகளோடு நின்று உறுமிமேளங்கள் கொட்ட மாடுகள் தலைகளை ஆட்டி, சலங்கைமணி ஒலிக்க கால்களை மாறிமாறி வைத்தாடின. பத்து உறுமிமேளங்களின் சேர்ந்திசை ஈர்க்கவும் குடியிருப்பின் சிறுவர்களும், சிறுமிகளும் அருகே வந்து பார்த்தனர். பெண்கள் வாசலிலும், மாடியிலும் நின்று நடப்பதைக் கவனித்தனர்.

".. ற் றும்..ற்றும் ற்றும் ற்ற்றும் டும் டும்....டிவிடிவி டிண்டகு டிவி டிவி டண்டகு டகு டகு டண் டகு டகு டகு டும் டும்...." என்று உறுமி மேளஒலி சாலையில் போவோரையும் இழுத்து வந்தது. நீதிபதிகள் குடியிருப்புமுன் கூட்டம் கூடினால் நடவடிக்கைளெடுப்போம், கலைந்து போங்கள் என்று குடியிருப்பு

பாதுகாவலர்கள் மிரட்டினார்கள். "இதோ பத்து நிமிடத்தில் கலைந்து போயிருவோம் என்று நரசய்யா சொல்லிக்கொண்டே காலம் தாழ்த்தினார். நீதிபதிகளின் குடும்பத்தினர் ஆர்வமாய் ரசித்துக் கொண்டிருந்ததால் காவலர்கள் அடாவடியாய் நடந்து கொள்ளவில்லை. காவலருள் ஒருவர், "போராடடா...புது வாளேந்துடா."ங்கிறபாட்டு மாதிரி இருக்கு. அய்யாமாரு வர்ற நேரம் இவிங்க கழுத்தறுக்கிறாய்ங்களே" என்று அங்கலாய்த்தார்.

சைரன் சத்தம் முழங்க மாவட்டநீதிபதியும், அடுத்தடுத்து அமர்வு நீதிபதிகளும் வரத்தொடங்கி விட்டனர். மாவட்ட நீதிபதியின் பாதுகாவலர் வந்து அவர்களைக் கலைந்து போகாவிட்டால் போலீஸ் மூலம் கடும்நடவடிக்கை எடுப்போம் என்று மிரட்டினார்.

நரசய்யா பூம்பூம்னு உறுமியை இழுத்தார். மற்றவர்களும் தொடரவும் பத்து மாடுகளும் கழுத்தை ஆட்ட சலங்கை மணிகள் ஒலிக்க புதிய சிம்பனியாக செவி சிலிர்க்க கவர்ந்தது. மாவட்ட நீதிபதிக்கு தான் பால்யத்தில் கேட்ட பூம்பூம் இசை நினைவுவரவும் இறங்கி வந்தார். பாதுகாவலர்கள் பதறி முன்னோடி அவரைச்சுற்றி நின்றனர். நீதிபதி அவர்களை விலக்கி முன்னகர்ந்தார். நரசய்யா உடனே பூம்பூம் என்று உறுமியை இழுத்து "தாயே ஜக்கம்மா, நீதிமான் அய்யா கிட்ட நியாயம் கேட்டு சொல்லணும். நியாயம் கேட்டு சொல்லணும்.! பலியான அப்பாவி உயிருக்கு நீதி கேட்டு சொல்லணும். நீதிகேட்டு சொல்லணும்! தாயே ஜக்கம்மா, பாவப்பட்ட குடும்பத்துக்கு தீர்வு சொல்லணும்.! தீர்வு சொல்லணும் "மாடுகள் கழுத்தாட்டி சலங்கைஒலி எழுப்பின. சுற்றி நின்றவர்கள் மெய்மறந்து உறைந்தனர்.

நீதிபதி கையை உயர்த்தி நரசய்யாவை நிறுத்தச் செய்தார். என்ன விவரம் என்று கேட்டார். நரசய்யா, வெங்கடப்பா உயிர்பலியான விவரத்தை கண்ணீர் பொங்கச் சொல்வதை உதவியாளரை குறிப்பெடுக்கப் பணித்தார். "உங்களுக்கு நியாயமும் இழப்பீடும் கிடைக்கவும், குற்றவாளியை தண்டிக்கவும் உத்தரவாதம் தருகிறேன். நீங்க கலைந்து உங்க ஜாகைக்கு போங்க. உங்களுக்கு உணவுப் பொட்டலம் தரச் செய்கிறேன்."

நீதிபதியின் கண்களை உற்று கவனித்த நரசய்யா நீதிபதியை வணங்கவும், எல்லாரும் வணங்கி விடைபெற்றனர்.

[2022 பிப்ரவரி. உயிர் எழுத்து]

3

கனிதல்....

மனைவியிடம் தோற்றுக் கொண்டிருக்கிறேன். "பெருமையா சொல்றீங்களா, இல்ல, பொறாமையால், ஆற்றாமையால் சொல்றீங்களா"ன்னு நீங்க முணங்குறது கேட்குது. இந்தத் தோல்விக்கு பூர்வகதையும் உண்டு. அந்தப் புள்ளியிலிருந்து சொல்றேன். நீங்களே புரிஞ்சிக்குவீங்க.

வருசந்தோறும் போகி வருமுன்னே, எங்க வீட்டில புகை கசிந்து கன்னு பகையாகவும் வெடிக்கும். வீட்டில் வராந்தா, வரவேற்பறையில் தொடங்கி படுக்கை அறை வரை அங்கங்கே மூலைகளில் மினியேச்சர் அண்ணாசாலை எல்.ஐ.சி கட்டிடமாக நிற்கும் புத்தக அடுக்குகள்; பழைய ஆங்கில, தமிழ் செய்தித்தாள்கள், வாராந்திர, மாதாந்திர இதழ் அடுக்குகள்; அவற்றை சுவரோடு இணைத்து வலைபின்னி கொசுக்களை, சிறுபூச்சிகளை சிக்கவைத்து உண்டுவாழும் சிலந்திகளை, குறுக்கும் மறுக்குமாக ஓடித் திரியும் பல்லிகளையும், அதன் வயிற்றில் முத்துபோல மின்னும் முட்டைகளோடு பார்க்கும்போது மனைவி மனதில் ஆவேசம் பொங்கும்.

"ஏங்க நாம வீட்டில மனுசராத்தான் வாழ்றமா. இல்ல பல்லி, சிலந்தி, கரப்பான்களோட குடித்தனம் நடத்துறமா? பாவம், அந்த வேலைக்காரம்மா ஒட்டடை கலைஞ்சு, கூட்டி சுத்தம் பண்ணி துணிமணிகள் துவைச்சு காயப்போட்டுட்டு வற்றதுக்குள்ள சிலந்தி மறுபடியும் வலையை விரிச்சு ஊஞ்சலாடுது. பல்லிக பூச்சிகளுக்காக நாக்கை நீட்டித் தவம் கிடக்குதுக! அந்தம்மா நொந்து புலம்புது."

பதில் சொல்ல வார்த்தைகளைத் தேடும் என்னை விசித்திரப்பிறவி போல பார்ப்பாள்; பல்லி எங்கிருந்தோ உச் கொட்டும். நின்றுபேச நேரமில்லாமல் தலையில் அடித்துக்கொண்டு பணிக்கு விரைவாள். அவள் அடக்கிய கோபம் போகி சுத்தத்தின் போது வெடிக்கும்.

வார, மாத இதழ்களை எடைக்குப்போட்டு கிடைக்கும் தொகையை சிறுவாட்டு கணக்கில் சேர்த்துக் கொள்ளும்போது மட்டும் மனைவி, என்னை ஏதோ பயனுள்ள ஜீவனாக பார்வையால் வருடியவாறே, "ஏங்க, இந்த புத்தகக் கட்டுகளையும் கொஞ்சம் ஒதுக்கிக் கொடுத்தா எடைக்குப் போடலாமில்ல?

இடத்தை அடைக்காம வீடாவது சுத்தமாகும் பூச்சிகள் அடையாமலிருக்கும்!" விநயமா கேட்டாள்.

"கொஞ்சம் பொறு; இதில சில முக்கியமான புத்தகங்களை எடுத்து புத்தக அலமாரியில வச்சிட்டு, மீதியை யாராவது படிக்கிறவங்களுக்கோ, நூலகத்துக்கோ கொடுத்துறலாம். இடம் சுத்தமாயிரும்."

"யாருக்கோ ஓசியா கொடுக்கிறதுக்கு, எடைக்குப் போட்டாலும் சில்லறைச் செலவுக்கு ஆகுமில்ல."

"சரி, இப்போ உனக்கு என்னக்கொறைச்சல்? தேவையான எல்லா சாமான்களையும் வாங்கிப்போட்டுர்றேன். கைச்செலவுக்கு பீரோவில வச்சிருக்கிற காசை எடுத்து செலவு பண்ணிக்கலாமே. நான் ஒளிச்சா வைக்கிறேன், உன்கிட்ட கணக்கா கேட்கிறேன்?"

"ஆமாம், இந்த தேனொழுகிற பேச்சுக்கு கொறைச்ச இல்ல.என்னோட ஏ.டி.எம். கார்டைக் கொடுத்திற வேண்டியதுதானே?"

"அந்த கார்டை பாதுகாப்புக்காகத் தானே நான் வச்சிருக்கேன்; இந்தக் காலத்தில கொஞ்சம் அசந்தா எல்லாத்தையும் முழுங்கி ஏப்பம் விட்டுருவான்களே; அதுக்காகத்தானே பத்திரமா வச்சிருக்கேன். நீ கேட்டு என்னைக்காவது பணம் கொடுக்காம இருந்திருக்கேனா "இந்த மகாபாரதமெல்லாம் வேணாம். அந்த மூலையில இருக்கிற புத்தகங்களை எடுத்து ஒட்டடை அடிச்சு சுத்தம்பண்ணிக் கொடுங்க."

இப்படி ஊடலும் உரசலுமா புகையற போகிப் புகை பழையபேப்பர்காரன் கொடுக்கிற பணத்தில்தான் கொஞ்சம் தணியும். ஆனாலும் புத்தகங்களைப் பார்க்கும்போது எல்லாம் கனரும். இந்தக் கங்கை நிரந்தரமா அணைக்க யோசிக்கலானேன்.

அந்த வருசம் பூரா வாங்கிய புத்தகங்களில், வைத்திருந்து திரும்பத்திரும்ப எடுத்து வாசிக்க சில புத்தகங்களை மட்டும் எடுத்து துடைத்து புத்தக அலமாரியில் வைத்து மூடினேன்; மீதியை உள்ளூர் நூலகத்தில் கொண்டுபோய்க் கொடுத்தேன்.

நூலகர்: "நன்றி சார். ரெண்டு வருசமா புத்தகம் எதுவும் வாங்க ஒதுக்கீடு இல்லை. கொரோனா காலத்தில் வாசகர் யாரும் வரலை. லைப்ரரி திறக்கும் நாள்களில் பராமரிப்பு வேலை மட்டுமே பார்க்கிறோம். பேப்பர்களும் வரலை; பேப்பருக்கான தொகையில மாவட்ட அலுவலர் ஒப்புதலோடு பத்துபன்னிரெண்டு மாத நாவல்களைத் தான் வாங்கிப் போட்டுருக்கோம். அதைத்தான் பெண்கள் விருப்பமா வாங்கிட்டுப்போய் படிக்கிறாங்க."

அந்தப் புத்தகங்களை வாங்கிப் பார்த்தேன்; பெண்களைக் கவரும் ஈர்ப்பான தலைப்புகளில் மேலட்டையில் கவரும் பெண்கள் படத்துடன் புத்தகம்; திறந்தால் உள்ளீடில்லா லகுவான நடையில் பக்கங்கள் நகர்கின்றன. நெருப்பை நெருப்பால் அணைக்கலாமுன்னு யோசனை வந்தது. பேருந்து நிலையக் கடையில் ரெண்டு குடும்ப நாவல்களை வாங்கினேன்.

வீட்டில் மனைவி பழைய சேலைகளை எனது மேஜைமீது அடுக்கிக் கொண்டிருந்தாள். "என்ன பழைய சேலைகளைப் போட்டுட்டு புதுப் பாத்திரங்கள் வாங்கப் போறீயா?" "இல்லங்க, உங்ககிட்ட காமிச்சிட்டு வேலைக்காரம்மாவுக்கு கொடுக்கணும்; பழசைக் கழிச்சாத்தானே புதுசு வாங்கலாம்" என்று சிரித்தாள். "சரி, யாருக்காவது பயன்படட்டும். நான் தான் இனி எச்சரிக்கையா சேலையை பார்த்து பேசாம ஆளைப்பார்த்து பேசணும்" "என்ன முணங்கிறீங்க. உங்களுக்கு இஷ்டமில்லையா?" "யாருக்காவது பிரயோஜனப்பட்டா சரிதான்." வாங்கிவந்த புத்தகங்களை மனைவியிடம் கொடுத்தேன். அட்டைப்படமே நல்லா இருக்கே! என்று பக்கங்களைப் புரட்டினாள்; வாசிக்கவும் ஈசியா இருக்கே என்றவள் அரைமணியில் ஒரு நாவலை முடித்துவிட்டாள்.

அப்புறம் இரண்டுநாள் கழித்து வேறு வேறு தலைப்புகளில் இன்னும் நாலு நாவல்களை வாங்கிக் கொடுத்தேன். மனைவி உட்காரும் இடமெல்லாம் புத்தகங்கள் கிடந்தன. வீட்டில் டிவி சீரியல்கள் ஓடவில்லை. ரெண்டு நாள்கள் கழித்துப் பார்த்தேன், மனைவி அருகில் புத்தகங்களைக் காணோம். எங்கே என்று கேட்டேன்; பக்கத்து வீட்டுப் பெண்களுக்கு வாசிக்கக் கொடுத்ததாகச் சொன்னாள்.

மனைவிக்கு வாசிப்பு ருசி ஏற்பட்டதும், ஓய்ந்த வேளைகளில் எனது அலமாரியிலிருந்து புத்தகங்கள் எடுத்து வாசித்தாள். நான் மாத நாவல்கள் வாங்குவதை நிறுத்திக்கொண்டேன். அவள் எனது புத்தக அலமாரியில் அவளது ரசனைக்கான புத்தகங்களை தேடி படிப்பதை மேஜைமேலிருந்த புத்தகங்களைப் பார்த்து புரிந்து கொண்டேன். மனைவியின் வாசிப்பு தொடங்கிய பிறகு பெண்களுக்கு ஐம்பது வயசுக்குமேல் மாதவிடாய் நிற்றலில் வரும் வலியும் சலிப்பும் அலுப்பும் முகத்தில் தென்படவில்லை. முன்புபோல கடுகடுத்து பேசுவதுமில்லை. ஏதாவது சொல்வதென்றால் புன்னகைபூசிய முகத்தோடு அளவாகப் பேசுகிறாள். சரி ஏதோ மாற்றம் நடக்குது என்று மனதுக்குள் நகைத்துக் கொண்டேன்.

இந்நிலையில் கொரோனா இரண்டாவது அலையின் கொடுந்தொற்று தாக்குவதாக அச்சுறுத்தலும் மீண்டும் ஊரடங்கு அறிவிப்பும் வந்தது. வேகமாகப் பறந்து புதிய தலைப்புகளில் நான்கு நாவல்கள் வாங்கித் தந்தேன். மனைவி ஓய்ந்த வேளையில் அந்த புத்தகங்களை புரட்டிய பத்தாவது நிமிடம் என்னிடம் வந்தவள், "ஏங்க இந்த புத்தகங்களின் தலைப்பும் அட்டைப்படமும் தான் வேற வேற; உள்ளே கதை ஒரேமாதிரிதான் இருக்கு. அந்தக் காலத்து தேவர் பிலிம்ஸ் படங்கள் பார்த்தமாதிரி தான். வேற நல்ல புத்தகங்களாகக் கொடுங்க"என்று அவளே என் புத்தக அலமாரிக்குப் போய் வேறுவேறு எழுத்தாளர்களின் நாலு புத்தகங்களை எடுத்து வந்து காட்டினாள். நல்லா இருக்கும் வாசித்துப் பாரு என்றேன்.

ஊரடங்கு காலத்தில் புத்தகங்களில் முடங்கிக்கிடந்தோம். ஒவ்வொரு புத்தகத்தின் சாரத்தையும், படைப்பாளியின் தனித்துவத்தையும் சில வாக்கியங்களில் சொன்னாள். பாராட்டினேன். அவளது புன்னகை அழகாக மிளிர்ந்தது.

கண்கள் சோரும்போது, ஒரு மாறுதலுக்காக தொலைக்காட்சி பார்க்கலாமென்றால் கொரோனாதொற்று அரசியலாகவே இருந்தன. பார்க்க சகிக்கலை. எப்பவாவது பழைய நல்ல படங்கள் போடும்போது சேர்ந்து பார்ப்போம். இருவரும் அந்தந்தக்கால நினைவுகளில் மூழ்கி, கடந்தகால சம்பவங்களை அசைபோடுவோம். புதுப்பிறவிகளாக உணருவோம். தொலைதூரங்களில் வாழும் பிள்ளைகளுடன் பேசுவோம். மனைவி அவர்களிடம் முன்னைவிட பதற்றம் குறைந்து பக்குவமாக பாசமொழுகப் பேசுவாள்.

ஓரளவு பழைய எழுத்தாளர்களை வாசித்தபின் அலமாரியிலிருந்து புதியவர்களின் புத்தகங்களைத் தேடி புரட்டினாள். மனைவியின் வாசிப்பு வேகம் என்னிலும் முந்தியது.பழைய படைப்பாளிகளுக்கும் தற்போது எழுதுபவர்களுக்கும் ஒற்றுமை வேற்றுமைகளை பட்டியலிட்டாள். பழையவர்கள் வாழ்க்கைச்சூழலில் பிரச்சினைகளின் தீர்வைக் கோடிட்டுக் காட்டுவார்கள். புதியவர்கள் தீர்வை வாசகரின் யோசனைத் திறனுக்கு விட்டுவிடுகிறார்கள்" என்று முத்தாய்ப்பாக சொன்னாள். எனக்கு தலையில் கர்வம் கூடியது. உச்சியை முகர்ந்து முத்தமிடும் வயது தாண்டி விட்டது. நவீனமாக ஹைபை செய்து கொண்டோம்.

மனைவி, "ஏங்க இந்த எழுத்தாளர்கள் எல்லாம் உங்கள் நண்பருகன்னு சொல்லுவீங்க. ஏன் ஒருத்தரைக் கூட வீட்டுக்கு

கூட்டிட்டு வரலை?" "எழுத்துரசனை இப்பத்தானே உனக்கு வந்திருக்கு; கொரோனா ஓயட்டும்; இனிமே ஒவ்வொருத்தரையா கூட்டிட்டு வர்றேன். வர்ற சென்னை புத்தகத் திருவிழாவுக்குப் போவோம். அங்க எல்லாரையும் பார்க்கலாம் பேசலாம்."

சில எழுத்தாளர்களின் விவரிப்பையும், உவமைகளையும், பாத்திரங்களின் உணர்வுகளை காட்சிப்படுத்தும் திறனையும் அடிக்கடி சொன்னாள். எனக்கு மகிழ்ச்சியாக இருந்தது. அந்த எழுத்தாளர்களை கைப்பேசியில் அழைத்து எனது மனைவியை அறிமுகப்படுத்தி, பேசச் செய்தேன். என் மனைவியின் நயமான சுருக்கமான மதிப்பீடு கேட்டு அந்த எழுத்தாளர்கள் பேருவகையில் திளைத்தார்கள். 'கொரோனாவில் முடங்கிக் கிடந்த எங்களுக்கு உங்க பேச்சு புத்துணர்ச்சி ஊட்டுது' என்று அவரவர் பாணியில் சொன்னார்கள். வீட்டில் சந்தோஷ வெளிச்சம் பளிச்சிட்டது.

இப்போது எழுத்தாள நண்பர்களது பட்டியலோடும் அவர்கள் வெளியிட இருக்கும் புத்தகங்களை வாங்க ரெண்டு பெரிய 'பிக் ஷாப்பர்' பைகளோடும் தயாராக இருக்கிறோம். மூன்றாவது கொரோனா அலை, ஓமிக்கிரானோடு தாக்கப்போகிறது என்ற எச்சரிக்கையில் சென்னை புத்தகத் திருவிழா தள்ளிப் போனது ஏமாற்றத்தைத் தந்தது.

அரசுகளின் தடுப்பூசி நடவடிக்கைகளில் முடக்கத்தில் கொஞ்சம் தளர்வும் தைரியமும் வர புத்தகத் திருவிழா தேதியும் வெளிவந்தது. முடக்கத் தளர்வில் அவரவர் அலுவலகம் போய் வந்தோம். முதல் சனி, ஞாயிறில் புத்தகத் திருவிழாவுக்குச் செல்ல இரயிலுக்கும் பதிவு பண்ணி ஆயிற்று.

அந்தவார வியாழனன்று மனைவிக்கு தலைவலி காய்ச்சல்னு துடித்தாள். மருத்துவ சோதனை செய்ததில் தொற்று தாக்கியது தெரிந்தது. அது கொரோனாவா, திரிபா, ஓமைக்கிரானா என்பதை மருத்துவ சோதனையில் தெரிய நாளாயிற்று. என்றாலும் வயதானவர்களுக்கான பக்கவிளைவுகள் தாக்காமலிருக்க அனைத்துவித தற்காப்பு சிகிச்சைகளையும் மேற்கொண்டோம். நோயுற்ற மனைவிக்கு பக்கத்தில் இருந்து முகக்கவசம் அணிந்தபடி பண்டுதம் பார்த்துக் கொண்டிருக்கிறேன். மனைவி அரைத்தூக்கத்தில் முணுமுணுத்தார் "இனி அடுத்த புத்தகத் திருவிழா தான்...."

குவிகம்- மின்னிதழ் 15-5-2022

4

கவ்வும் சூது!

அவனைப் பற்றிய ஆச்சரியம் அடங்கு முன்னே அதிர்ச்சியான செய்தி வந்தது. அவன் என்னோடு கட்டுமானப் பொறியியல் படித்துவிட்டு வேலை தேடிக் கொண்டு இருந்தான். நான் எனது தந்தைக்கு தெரிந்த கட்டுமான ஒப்பந்ததாரரிடம் வேலையில் தொற்றிக் கொண்டேன். நானும் அவனும் அரசுத்தேர்வுக்கு விண்ணப்பித்து இருவரும் இரவுகளில் சேர்ந்து படித்துக் கொண்டிருந்தோம். அவன் பல நாட்கள் என்னோடு படிக்கச் செல்வதாகச் சொல்லி விட்டு தெரு நண்பர்களோடு சினிமா, குடி, சீட்டாட்டம் என்று திரிந்துவிட்டு போதை இறங்கிய நேரம் வீட்டுக்குள் போவான்.

அவனது நடத்தையைக் கண்டு அவனது அம்மாவும் அப்பாவும் முகஞ்சுளித்து முணங்கினர். அவன் அக்கறையோடு படித்து வாழ்க்கையில் தனக்கான இடத்தை அமைத்துக் கொள்வான் என்ற நம்பிக்கையை இழந்தனர். ஊர்சுற்றி மாட்டுக்கு கால்கட்டை போட்டால் அடங்குவான். வீடு தங்கி ஒழுங்காவான் என்ற நம்பிக்கைதான் அவர்களிடம் எஞ்சி நின்றது.

அவன், ஆள் வாட்ட சாட்டமா ஓங்கு தாங்காய் இருப்பான். பிரபல அரசு கட்டிட ஒப்பந்ததாரர் கவனத்திலும் வலையிலும் விழுந்தான். யார் வலையில் யார் என்று தீர்மானமாகாத நிலையில் திருமணம் நடந்தது. பொண்ணும் லட்சணமான பொண்தான். கல்யாண ஜோர் கலையாத நிலையில் நடந்த அரசு போட்டித்தேர்வில் அவன் தேர்வாகி விட்டான். படிக்கையில் கூடவே இருந்து சிக்கலான வினாக்களை எளிதாக விளக்கிய நான் விளிம்பில் தேர்ச்சி பெற்றேன். அவன் எப்படி எழுபது சதம் மதிப்பெண் பெற்றுத் தேர்வானான் என்ற புதிர் விடுபடு முன்னே அவனுக்கு இளநிலை பொறியாளர் பணி பக்கத்து மாவட்டத்திலேயே மாமனார் வாங்கிக் கொடுத்தார். அவன் குடும்பத்தோடு அரசு குடியிருப்பில் குடியேறினான். அரசு குடியிருப்பு மகளுக்கும் மருமகனுக்கும் வசதியாக இல்லை என்று மாமனார் அவ்வூரில் ஓர் அழகான வீடும் வாங்கிக் கொடுத்தார்.

அவன் இரண்டு மாதங்கள் வரை அவ்வப்போது என்னிடம் கைப்பேசியில் நன்றி தொனிக்கப் பேசினான். அப்புறம் நான்தான்

ஓய்விருக்கும் போது பேசுவேன். அவன் வேலை மும்முரம் என்று பேச்சைக் குறைத்தான். ஒருநாள் அவனது அம்மாவையும் அப்பாவையும் மாரியம்மன் கோயில் அருகே பார்த்தேன். ஆட்டோவில் ஏறப் போன அவனது அம்மா முகமெல்லாம் பூரிப்பாக எனது வேலை விவரங்களை விசாரித்தாள். "தனக்கு இன்னும் பணியமர்வு ஆணை வர வில்லை. இந்த மாதக் கடைசியில் வந்துரும். வந்ததும் பணியில் சேரும் போது சொல்கிறேன்.. அவன் எப்படி இருக்கிறான், போனில் பேசினால் இரண்டொரு வார்த்தையில் முடித்துக் கொள்கிறான்; நல்லா இருக்கான்ல்ல?" என்று கேட்டேன்."

"ரொம்ப நல்லா இருக்கான்ப்பா! அவனுண்டு வேலை உண்டு; ஆபீஸ் விட்டா வீடு! வீடு விட்டா ஆபீஸுன்னு இருக்கான்! மருமகக்கூட மூனுமாசம்! இப்பத்தான் மாரியம்மனுக்கு நேர்த்திக் கடன் முடிச்சிட்டு வாறோம். இந்தா திருநீறு எடுத்துக்கோ. அவனை போன் போட்டு தொந்தரவு பண்ணாதேப்பா! இப்பத்தான் பிள்ளை திருந்தி இருக்கான்!" என்று சொல்லிக் கொண்டே ஆட்டோவில் ஏறினாள். அப்பா தலையசைத்து ஆமோதித்து ஆட்டோவில் ஏறினார். அவன் நல்லா இருக்கிறது எனக்கும் பெருமைதான் என்ற எனது பதிலை ஆட்டோவின் உறுமல் விழுங்கிக் கிளம்பியது.

"குடிகாரன், ஊதாரி, பொறுப்பில்லாதவன், சாமக்கோடாங்கி" இப்படியான பட்டங்களை வாங்கியவன் நிஜமாகவே திருந்திட்டானா, எப்படி இருக்கிறான் என்றறிய அவனிருக்கும் ஊருக்கு நான் போக வாய்த்தபோது அவனது வீட்டுக்குப் போனேன். மாலைநேரம். அவனுமிருந்தான். மனைவி உற்சாகமாக வரவேற்றாள். நான் துணைமாப்பிள்ளை போலிருந்து மாப்பிள்ளைக் கோலத்திலிருந்த அவனை நான் கலாய்த்ததை மணப்பெண்ணாக இருந்த அவள் ரசித்தாள். எங்களது நட்பின் நெருக்கத்தை அங்கீகரித்தாள்.

நான் உரிமையோடு எப்படிம்மா பார்த்துக்கிறான் என்று கேட்டதுக்கு நல்லாவே பார்த்துக்கிறார் அண்ணே என்று வெட்கம் பூசிய வார்த்தைகளைப் பொழிந்தாள். அவனும் கண் ரெப்பைகளில் இருந்த சுருக்கம் நீங்கி முகத்தில் பொலிவும் உடம்பு ஒரு சுற்று பெருத்தும் காணப்பட்டான். இருவரும் இரவு சாப்பிட்டுவிட்டு தான் போகணும்! என்று என்னைக் கட்டாயப்படுத்தினர். இரவுணவு தடபுடலாக செய்திருந்தாள். நான் மனம் மகிழ்ந்து விடைபெற்றேன். காலாகாலத்தில் கல்யாணச் சாப்பாடு

போடுங்கண்ணே என்று என்னிடம் அவள் சொன்னதை அவனும் ஆமோதித்தான்.

ஆறு மாதம் தான் கடந்திருக்கும். அவன் தூக்க மாத்திரைகள் நிறைய விழுங்கி தற்கொலைக்கு முயன்று மருத்துவமனையில் அனுமதிக்கப்பட்டுள்ளதாக அதிர்ச்சி தகவல் வந்துள்ளது. நான் விடுப்பு எடுத்துக் கொண்டு பறந்தேன். அவன் தற்கொலை செய்து கொள்ளக் காரணமில்லை. நல்ல மரியாதையான வேலை; அன்பான அழகான மனைவி; அமைதியான குடும்பம்; அனுசரணையான அம்மா அப்பா; தலையில் வைத்துக் கொண்டாடும் மாமனார், மாமியார். உத்தியோகத்திலும் எவர் தொல்லை, நெருக்கடி இல்லை! பழைய கெட்ட பழக்கங்களுக்கும் வாய்ப்பில்லை! ஆனால் ஏன் தற்கொலைக்கு முயன்றான் என்பது தான் புதிராக இருந்தது! எனது சிந்தனை எல்லைக்கு, காரணம் ஏதும் எட்டவில்லை.!

அவன் தீவிர சிகிச்சை கண்காணிப்பு பிரிவில் கிடத்தப்பட்டு இருந்தான்.அறைக்கு வெளியே நிறைமாதக் கர்ப்பிணி மனைவி, மாமனார், மாமியார் ஒருபுறம். அம்மா அப்பா இன்னொருபுறம் சோகம் கவிந்த முகங்களுடன் நின்றிருந்தனர். எதிர்ப்புறம் சிலர் இழப்பை எதிர்நோக்கிய சோர்வுடன் இருந்தனர். என்னைப் பார்த்ததும் அவனது அம்மா எனது கைகளைப் பற்றிக்கொண்டு "யார் கண்ணுபட்டதோ எம்பிள்ளைக்கு இப்படியானதே... தளதளன்னு உலை கொதிச்சு. வரும்போது அடுப்பை அமர்த்தினது மாதிரி அவன் பொழப்பை அணைச்சுட்டாகளே...அவன். வேகமா முன்னேறி வளர்ந்தது இப்படி வழுக்கி விழுகிறதுக்கா..." அம்மா அரற்றி விம்மினாள்!

என்னை பார்த்ததும் அவனது மனைவி, "அண்ணே, உங்க ஃபிரண்டு இப்படி என்னை நட்டாத்தில் விட்டுட்டுப் போவாருன்னு கனவுல கூட நினைக்கலையே..." என்று இவனது கைகளைப் பற்றிக் கொண்டு குமுறினாள். அவளது அம்மா நனைந்த மணல் போல் பொதுபொதுத்து வீங்கிய முகத்தோடு,

"தம்பி, பிள்ளைத்தாய்ச்சி காலையிலிருந்து பச்சைத் தண்ணிகூட குடிக்காம வெறும் வயித்தோடு அழுதுகிட்டு நிற்கிறாளே, இவளை சமாதானப்படுத்தி கேண்டீனுக்கு கூட்டிட்டுப். போயி சாப்பிட வை தம்பி. வயித்துப் பிள்ளைக்காரிக்கு ஒன்னு கிடக்க ஒன்னு ஆச்சுன்னா என்ன செய்யிறது....!"

அவனது குடும்பத்தாரை கேண்டீனுக்கு அழைத்தேன்; அவர்கள் வர மறுத்தார்கள். அவனது மனைவியை அழைத்து போகச்

சொன்னார்கள். அவளை அழைத்தேன். அவளும் மறுத்தாள். வயிற்றில் சுமக்கும் சிசுக்காவது எதாவது சாப்பிட வேண்டும் என்று கெஞ்சினேன்; அவள் கண்ணீர் பொங்க நத்தை போல மெல்ல ஊர்ந்தாள். ரெண்டு இட்லியும் காபியும் மட்டும் போதும் என்றாள். அழுது வீங்கிய முகத்தினள் இட்லியை சிரமப்பட்டு விழுங்குவது பார்க்க பரிதாபமாக இருந்தது. காபியின் சூடு வயிற்று சிசுவை சுட்டு விடுமோ என்றஞ்சி நன்றாக ஆற்றி சிறுசிறு மிடறுகளில் விழுங்கினாள். அவளது ஒவ்வொரு அசைவிலும் தாய்மை மிளிர்ந்தது.

சாப்பிட்டபின் கைகழுவி வந்தவளை ஓர் ஓரமாக காற்றாடிக்கு கீழ் உட்கார வைத்து சற்று ஆசுவாசப்பட்ட பின் ஆதங்கம் தொனிக்கக் கேட்டேன்.

"தங்கச்சி என்ன நடந்தது? அவன் இந்த முடிவுக்கு போகிற ஆளில்லையே...!" மென்மையான குரலில் அவள் சொன்னாள்: "அவருக்கு என்ன பிரச்சினைனு தெரியலைண்ணே. ஆனால் இந்த மூனுநாளா அவரு சோர்ந்து போய் இருந்தார். உடம்புக்கு முடியலையாங்க, ஏன் சோர்ந்திருக்கீங்கன்னு ரெண்டுமூனு தடவை கேட்டேன். ஒன்னுமில்லை. நான் நல்லாத்தான் இருக்கேன். கட்ட. வேலை நடக்கிற ரெண்டு மூனு இடங்களுக்கு போய் வர்ற அலைச்சல் என்றார். ஆனால் சாப்பிடும் போது பார்வை சாப்பாட்டில் இல்லாமல் வடக்கும் தெற்கும்மாய் கண்கள் உருண்டுருண்டு நிலைகொள்ளாமல் உழன்றன. அதேசமயம் அவரது இடதுகை ஆள்காட்டி விரலும் நடுவிரலும் வடக்கும் தெற்கும்மாய் அசைந்து ஆகாயத்தில் எழுதி கணக்கு போடுவது போலிருந்தது! என்னங்க விவரம்னு கேட்டதுக்கு அவர் பதில் பேசவில்லை. கட்டட பிளான் குறித்து யோசிக்கிறாருன்னு இருந்துட்டேன். சரியாக சாப்பிடுவதுமில்லை! கட்டட இடத்தில் எதுவும் பிரச்சினையான்னு அப்பா மூலம் தெரிஞ்சுக்கலாமுன்னு யோசிச்சேன். அவர் தப்பா நினைச்சுட்டா பெரும் பிரச்சினை ஆயிருமென்னு பயம். உங்க ஃப்ரண்டுகிட்டேயே கேட்டேன்.

ஒன்னுமில்லை. தானும் சில நண்பர்களோடு சேர்ந்து உன் பேர்ல ரியல் எஸ்டேட் பிசினஸ் ஆரம்பிக்கலாம்னு ஒரு யோசனை! அதுக்கு நாற்பது லட்சம் பணம் தேவைப்படுது என்றார். அவர் எங்கப்பாவிடம் பணம் கேட்கத்தான் நாடகம் ஆடுகிறார் என்றுணர்ந்து சும்மா இருந்து விட்டேன். அப்பா, இவரு வேலைக்கும் எங்க புது வீட்டுக்குமாக ஒருகோடி வரை செலவு செஞ்சிருக்கார். அவருகிட்ட எப்படி கேட்கமுடியும்னு பேசாமல்

இருந்து விட்டேன். ஆனால் இப்படி செய்வாருன்னு நினைச்சு கூட பார்க்கலை...

இன்னிக்கு பக்கத்து வீட்டுக்காரங்க மூனு பேரு வந்தாங்க. அரசு வேலை வாங்கித் தருவதாக அந்த மூனுபேரு கிட்ட பத்து பத்து லட்சம் வாங்கி இருக்காராம். கொடுத்தவங்களும் ஐசியு வார்டு முன்னால்தான் காத்துகிட்டு இருக்காங்க. அந்தப் பணத்தை என்ன செஞ்சாரு? யாரு கிட்ட கொடுத்தாருன்னு தெரியலை என்று விம்மினாள்.

எனக்குள் கேள்விகளாக மின்னல் வெட்டியது. பக்கத்து வீட்டுக்காரங்க கிட்ட பணத்தை வாங்கி அரசியல் புரோக்கர்கள் கிட்ட கொடுத்து ஏமாந்துட்டானா, இல்லை பழையபடி சீட்டு விளையாடுறதில இறங்கிட்டானா...? இருக்கிற போலீஸ் கெடுபிடியில் சீட்டுவிளையாடும் நண்பர்களோடு சேர நேரமும் காலமும் ஒத்துவராதே! அதுவுமில்லாமல் அவனோட மாமனாரு அவன் யாராருகிட்ட பழகுரான். எப்படி பழகுரான். என்னென்ன செய்கிறான் என்று கண்காணிக்க அங்கங்கே ஆளுக வச்சிருக்காரே! அவன் எந்த தப்பும் பண்ண முடியாதே! அவனை பொறுத்தவரை அவன் இருபத்துநாலுமணி நேரமும் மாமனாரின் கண்காணிப்பு வலைப் பின்னலில் இருக்கிறான் என்பது அவனும் உணர்ந்து இருக்கலாம்!

ஆனால் அவன் முப்பது லட்சத்தை என்ன செய்தான்.? இந்தப் பணம் தான் அவனது தற்கொலை முயற்சிக்கு காரணமோ...? என் நெற்றியில் சிந்தனை நீர்க்குமிழ்களாக திரண்டன. அவளை மெல்ல நடத்தி, தீவிர சிகிச்சைப்பிரிவுக்கு முன்னே இருந்த இருக்கைக்கு அழைத்துச் சென்று அமர வைத்தேன்.

தலைமை மருத்துவரைப் பார்த்து அவனது உடல்நிலை குறித்து அறிந்து கொள்ள முயன்றேன். மருத்துவர் பொதுவார்டில் நோயாளிகளை பார்வையிட சென்றுள்ளார், அவர் வர அரை மணிக்கு மேலாகும் என்றனர்.

நான் அவனது மனைவியிடம் அவனது கைப்பேசியை வாங்கி, எதாவது தகவல் தெரியுமானு பார்ப்போம் என்று முயன்றேன்; கைப்பேசியைக் கொடுக்கும் போது, "அவர் வீட்டில் இருக்கும் போது என்கிட்ட பேசுறது கூட இல்லண்ணே! எந்த நேரமும் செல்லை நோண்டிகிட்டே இருப்பாருண்ணே, இந்த செல்லை. பார்த்தாலே எரிச்சலாக இருக்கும்" என்றாள்.

அந்தக் கைப்பேசியை வாங்கிக் கொண்டு ஓர் ஓரமாக உட்கார்ந்து அவனது கைபேசியின் கடவுச்சொல் அவனது

பிறந்ததேதி என்பதை நினைவில் கொண்டு திறந்தேன். குறுஞ்செய்திகளைப் பார்த்தேன். ஒன்னும் புலப்படவில்லை. புழுக்கத்தில் இருக்கும் செயலிகளை நோட்டம் விட்டேன். ரம்மி எனும் செயலி இருந்தது. அதைத் திறந்தேன்.

"வாங்க ரம்மி விளையாடலாம். உங்களுக்காக இரண்டாயிரம் ரூபாய் போனஸ் காத்திருக்கிறது" என்ற அறிவிப்பு கண்ணைச் சிமிட்டியது. ரம்மி செயலியைத் திறந்தேன்; வெவ்வேறு தரத்தில் பணம் கட்டி விளையாடும் ரம்மி குழுக்கள் புழுக்கத்தில் இருப்பது தெரிய வந்தது! அதிர்ச்சியாக இருந்தது.

"சிரங்கு வந்தவன் கையும், சீட்டு விளையாடியவன் கையும் சும்மா இருக்காது! கட்டிப் போட்டாலும் தடுக்க முடியாது" என்ற சொலவடை நினைவுக்கு வந்தது. மூலை முடுக்குகளில் ஒளிந்து சீட்டு விளையாடுபவர்களை தேடிப்பிடித்து கைது செய்யும் காவல்துறை இப்படி வெளிப்படையாக இணையதளம் மூலமாக சூதாட்டம் நடத்துபவர்களையும், சூதாடுபவர்களையும் கண்டு கொள்ளாமல் இருப்பது ஏனென்று புரியவில்லை என்ற சிந்தனை இவனைக் கடைந்தது.

இந்த சமயத்தில் தலைமை மருத்துவர் வரும் பரபரப்புகள் தென்படவே, கைப்பேசியை அணைத்து விட்டு தலைமை மருத்துவர் அறைக்குப் போனேன். தலைமை மருத்துவரிடம் என்னை அறிமுகம் செய்து கொண்டு அவனது பெயரைச் சொல்லி உடல்நிலை குறித்து கேட்டேன்.

தலைமை மருத்துவர் அவனது மருத்துவக் குறிப்புகளைக் கொண்டு வரச்சொல்லி பார்த்துவிட்டு சொன்னார்: "அந்நோயாளி ஐந்துக்கும் மேற்பட்ட தூக்க மாத்திரைகளை விழுங்கி இருக்கிறார். ஆல்கஹாலிக் குடல்புண் இருக்கிறது. செயின் ஸ்மோக்கர் போல.நுரையீரல் முழுக்க புகையால் கருத்திருக்கிறது. சளிப்படலத்தால் மூச்சுத்திணறல் இருக்கிறது. இதயத் துடிப்பு நிலை இல்லாமல் இருக்கிறது. இந்த மாதிரி இடர்பாடுகளால்அவரது நிலையை இன்னும் இருபத்துநாலு மணிநேரத்திற்கு பின்தான் சொல்ல இயலும்! நோயாளியை காப்பாத்த எல்லா முயற்சிகளையும் செய்துகிட்டு இருக்கிறோம்…"

அவன் இணையத்தில் சூதாடி தோற்றதால் தற்கொலைக்கு முயன்றதையும், அவனது உடல்நிலை பற்றி மருத்துவரின் மதிப்பீட்டையும் எப்படி அவனது குடும்பத்தாரிடம் சொல்வது?

5
தொடர் ஓட்டம்

மதிய உணவு நேரம். அந்த அலுவலகத்தில் பெண் அலுவலர்கள் கண்காணிப்பாளரை ஒரு பார்வையால் பார்த்தும், மறுபார்வையால் தமக்குள் கருத்துகளைப் பரிமாறிக் கொண்டும் அவரவர் உணவை விழுங்கினர். கண்காணிப்பாளரம்மா சாப்பிட்டு முடிக்கப் போகிறார் என்று உணர்ந்ததும் நளினி கேட்டார்: "மேடம், இன்னைக்கு நீங்க ஸ்வீட் தருவீங்கன்னு எதிர்பார்த்தோம்." செல்வி எழுந்து காற்றாடியின் வேகத்தை அதிகப்படுத்தினாள். கட்டுக்குள் படிந்திருந்த முடிகள் கிளர்ந்தாடின. கண்காணிப்பாளர் முடியை சரிப்படுத்திக் கொண்டு "ஸ்வீட்டா...? எதுக்கு? எந்த விசேஷமும் இல்லையே இன்னைக்கு." "மேடம், அரசு பணிஓய்வு வயதை அறுபதாக்கியதாக ராத்திரி நியூஸில் சொன்னாங்க; இன்னும் ஒன்றரை வருஷம் கூடுதலா வேலை பார்ப்பீங்க. ரெண்டு இன்க்ரீமென்ட் கூடக் கிடைக்கும்; இதனால பென்சனும் கூடும்! இந்த இனிப்பான செய்திக்கு ஸ்வீட் கொடுக்கனுமில்ல மேடம்" சியாமளா முகமெல்லாம் சிரிப்பு ஒளிரச் சொன்னாள்.

"ஐயோ, கொடுமையே... இதுக்குத்தான் நான் சாப்பிடும்போது பார்வையாலே பட்டிமன்றம் நடத்தினிகளா... அந்தச் செய்தி கேட்டதிலிருந்து மனசு ஒருநிலைப்படலை. ராத்திரியெல்லாம் தூக்கமில்லை. இன்னும் ஆறுமாசத்திலே நிம்மதியா ரிட்டையராகலாமுன்னு இருந்தேன்; இந்த அரசாங்கம் என்னோட எண்ணத்தில் மட்டுமில்ல, என்னை மாதிரி பலரை குழியில தள்ளி மண்ணைப் போடப் பாக்குதே...."

ரிட்டையராகுறதுக்கு ஆறுமாசத்துக்கு முன்னால பொதுவைப்பு நிதியிலிருந்து தொண்ணூறு சதத்தை திரும்பப் பெறலாங்கிற விதிப்படி போனவாரம் தான் விண்ணப்பிச்சேன்; அந்தப் பணம் வந்தால் கையிலுள்ள சேமிப்பு, மகளது சேமிப்பு எல்லாம் சேர்த்து மகளுக்கு நல்ல இடமாப் பார்த்து கல்யாணத்தை முடிச்சுரலாமுனு இந்த மூணுமாசமா ஒவ்வொரு ஞாயிறா மாப்பிள்ளை தேடி

அலையுறோம். இப்போ ரிட்டையர்மன்ட் வயசைக் கூட்டிட்டா ஜீபிளப் தொன்னூறுசத பணம் எடுக்க முடியாதே... மகளுக்கு இருபத்தெட்டு வயசாச்சு; காலாகாலத்தில அவளுக்கு ஒரு நல்லதைச் செய்யனுமில்ல... இவளுக்கு அடுத்து மகனுக்கும் கல்யாணம் செய்யனுமில்ல...அவனுக்கு நல்ல சம்பந்தம் நிறைய வருது. அக்காளுக்கு முடிக்காம தம்பிக்கு முடிக்க முடியுமா...?

இந்தக் கொரோனா கொடுமை வந்தாலும் வந்தது; மகனும் மகளும் அரைச்சம்பளம், கால்சம்பளத்துக்கு வீட்டிலிருந்தே வேலை பார்க்கிறாக. கரண்டுபில்லு கட்டி மாளலை. ரிட்டையாரான மனுஷன் ஒரு டிவியை கிவியைக்கூட பார்க்க முடியலை. வீட்டில தங்கி கையைக் காலை நீட்டி படுக்க முடியாம, சங்கம், பார்க்குன்னு அலையறாரு.

சரி, நானாவது இங்கே ஆபிசில் நிம்மதியா வேலை பார்க்க முடியுதா...பத்துபேரு வேலை பார்த்த ஆபீசில் அஞ்சுபேரு தான் வேலை பார்க்கிறோம். காலியான இடத்திலே ஆள் போடலை. ஒவ்வொருத்தரும் ரெண்டு சீட்டு வேலைகளை செய்யிறோம். நான் பேருக்குதான் சூப்பிரண்டு! உங்களோடு சேர்ந்து கிளார்க்கு வேலையில் தேங்கின தங்கின பைலை எல்லாம் பார்க்கணும்; நீங்க வைக்கிற பைல்களை சரி பார்த்து, திருத்த வேண்டியதைத் திருத்தி அனுப்பணும். முக்கியமான நிதிக்கோப்பு பத்தி நானும் அலுவலரும் மணிகணக்கா மண்டையைப் பிச்சுக்கிட்டு யோசிச்சு ஒருமுடிவெடுத்து அரசுக்கு அனுப்பினா அரசு நேர்மாறான முடிவெடுத்து செயல்பட வற்புறுத்தும்.

சரி, எனக்கும் ஐம்பத்தெட்டு வயசாகப் போகுது. இந்த வயசு பெண்களுக்கு வரும் உடல்ரீதியான எல்லா தொல்லைகளும், துயரங்களும் எனக்கும் உண்டில்ல. எத்தனை நாளுக்குத்தான் வலியையும், வதையையும் மறைச்சு வேலை பார்க்கிறது? நானும் கொஞ்சம் இளைப்பாறி பிள்ளைக, பேரப்பிள்ளைகன்னு பார்க்கணுமில்ல...

பழுத்த இலை வழிவிட்டாத்தானே தளிரு முளைக்கும். சருகுகள் மூடிகிட்டா முளைவிடும் இலைகள் வெம்பி அவிஞ்சு உதிர்ந்திருமில்ல.

இந்த ரிட்டையர்மன்ட் வயசை உயர்த்தறது லாபமில்லை; சாபம்! கழுதைக்கு முன்னே கேரட்டைக் காட்டி மேலும் மேலும்

சுமையை ஏத்தி சுமக்க விடறமாதிரி நமக்கு கொடுக்கவேண்டிய ஓய்வூதிய பலனை உடனே கொடுக்காம தள்ளிப் போடற உத்தி.

இது மட்டுமல்ல, "நமக்கு அடுத்த தலைமுறையினருக்கு அரசுவேலை கொடுக்காமா பிரைவேட்டில அவுட்சோர்ஸ்" அத்தக்கூலி சம்பளத்துக்கு தள்ளிவிடற தந்திரம்! இப்போ என் பிள்ளைகள் ரெண்டுபேரும் படிச்ச படிப்புக்கு எனக்கு மேல் அதிகாரிகளாக வேலை பார்த்துகிட்டு இருக்கணும்; ஆனா அரசு வேலைவாய்ப்பு குடுக்காதனால தனியார் கம்பனிகள்ள நேரங்காலம் வரைமுறை இல்லாம அரைச்சம்பளத்தில அல்லல்படுறாங்க. எந்த வேலையும் நிரந்தரமில்லாம எதிர்காலத்தை இழந்து நிற்கிறாங்க. இது நம்மைச் சுற்றி பெரும்பாலானவங்க வீட்டில நடக்கிற கொடுமை! இந்தப் பாதிப்பு நாளைக்கு உங்களுக்கும்தான்.

இவ்வளவு கசப்பு இருக்கையில் நான் என்ன ஸ்வீட் கொடுக்க முடியும்? சொல்லுங்க.

ஜூன் 2020 – புதிய ஆசிரியன்
❏

6

எங்கே போகிறோம்?

இரவு எட்டு மணி. இவள் பணிமுடித்து மருத்துவமனையிலிருந்து வெளியே வந்தாள். ஆவியழுத்த சமைப்பான் மூடியைத் திறந்ததும் வெளியேறித் தாக்கும் வெப்பாவி போல் அடக்கி வைத்த சிந்தனை வெளியேறியது; முகம் உடலெங்கும் வேர்த்தது. பெருங்காற்றில் அலைவுறும் மரக்கிளைகள் போல் ஈரக்குலைகள் பதறின. ஸ்கூட்டியைக் கிளப்பிக்கொண்டு வீடு நோக்கி விரைந்தாள்.

"உலகத்தில் இப்படியும் நடக்குமா...உறவு, பாசம், பண்பு இதெல்லாம் அர்த்தமிழந்து கற்காலம் நோக்கி போகிறோமோ..." சிந்தனை முறுக்கிப் பிழிந்து வதைத்தது. முற்றும் தளராத கொரோனா கால முடக்கம்; சாலையில் நெருக்கடி இல்லை. எனினும் பத்துநிமிட பயணமே பலமணிநேர பயணம் போல் மன அலுப்பு.

வெளிவாசல் இரும்புப் படலைத் திறந்து வெளி குளியலறைக்குள் நுழைந்தாள். குளியலறையில் நீர்த்துளிகள் உலராதிருந்தன; கணவனும் சற்றுமுன் தான் வந்து குளித்து உள்ளே சென்றிருப்பான். நிமிடத்தில் குளித்து இதயத்துடிப்பு எகிற வீட்டுக்குள் நுழைந்ததும் பார்த்தாள். உள்கூடத்தில் மகனும் மகளும் அவரவர் கைப்பேசியை பாடப் புத்தகத்தோடு ஒத்துப் பார்த்து குறிப்பெடுத்தபடி இருந்தனர்.

"செல்லங்களா சாப்பாடு, ஸ்நாக்ஸ்லாம் மிச்சம் வைக்காம சாப்பிட்டீங்களா?" மனக்கொதிப்பை மறைத்து அன்பொழுகக் கேட்டாள். அவரவர் வேலையில் மூழ்கியபடி தலையசைத்தனர். அவர்களது முகத்தில் பதற்றமோ கபடமோ தென்படவில்லை. நிம்மதி மூச்செறிந்து சமையல்கட்டுக்குள் நுழைகையில் கணவனது அறையை நோக்கினாள். ஒலிகுறைத்து செய்தி பார்த்துக் கொண்டிருந்தான். பிள்ளைகள் விசயத்தில் அம்மாவுக்கு இருக்கும் பொறுப்பும் பரிதவிப்பும் அப்பாவுக்கு இருப்பதில்லையோ..

பத்து நிமிடத்தில் இட்லியும், சட்டினியும் தயார் செய்து, "மணி ஒன்பதாகப் போகுது செல்லங்களா வாங்க சாப்பிடுவோம். ஏங்க, நீங்களும் வாங்க, சாப்பிடலாம்" என்றபடி மகளிடம்

நெருங்கினாள். மகள், கைப்பேசியில் இருந்த வாசகங்களை பாடப்புத்தகத்தில் அடிகோடிட்டுக் கொண்டிருந்தாள். மகன் கைப்பேசித்திரையை நகர்த்தி நகர்த்தி அவ்வாக்கியங்களை புத்தகத்தில் தேடிக் கொண்டிருந்தான். இவள் இயல்பாக சுவாசித்தாள்.

"கண்ணுகளா, வாங்க சாப்பிடலாம். காலையிலகூட பாக்கலாமில்ல. வீட்டில தானே இருக்கப்போறீங்க." "அப்பப்போ கையோட முடிச்சாதாம்மா டீச்சர் கேட்ட கேள்விக் கெல்லாம் வாட்ஸ் அப்பில் பதில் அனுப்ப ஏதுவாயிருக்கும்" அம்மா பக்கத்தில் போய் கைப்பேசியை பிடுங்காத குறையாக நின்றாள்; புத்தகத்தில் பக்கஅடையாளம் வைத்துவிட்டு எழுந்தார்கள்.

இட்லியை வாயில் வைத்தவுடனே மகள், "என்னம்மா, உப்பு கரிக்குது" என்று அதை வெளியே எடுத்து தனியே வைத்தாள். அப்பாவும், மகனும், இட்லியை பிட்ட கையை வெளியே எடுத்து இவளைப் பார்வையால் சுட்டனர். "ஐயோ தங்கமே, உப்பு போடலையோன்னு ரெண்டாவது தடவையும் போட்டுட்டேன் போலிருக்கு" என்று தலையை சொறிந்தபடி, "சட்னியை ஒதுக்கிறீங்க. இட்லிப் பொடியை எண்ணெய் வச்சுக்கிட்டு இன்னைக்கு சாப்பிடுங்க." "ஏம்மா, இப்படி பதட்டமாவே இருக்கே... என்ன பிரச்சினை? ஆஸ்பிடல் பிரச்சனைகளை அங்கேயே விட்டுட்டு வீட்டுக்குள்ளே வரணும்மா. அப்பா எப்படி உன்னை மாதிரி ஆபிஸ் பிரச்சினைனு பதட்டமாவா இருக்கார்?"

"ஏம்மா, பேஷன்ட்டுக்கு மருந்தை மாத்திக் குடுத்திறாதேம்மா... மகன் கேலி செய்தான். இவள் குறுகிப் போனாள். என்ன விஷயம்? கணவன் பார்வையாலே கேட்டான். அப்புறம் சொல்றேன் என்று சாடை காட்டினாள். "பிள்ளைகள் நல்லா படிச்சு நல்ல வேலைக்குப் போகணும்; எங்களை மாதிரி சிரமப்படக் கூடாதுங்கிற தவிப்புதான் வேறொன்னுமில்லை..." தனக்கு மூன்று இட்லிகளைப் பொடியுடன் வைத்துக்கொண்டு உட்கார்ந்தாள்.

"செல்லங்களா, செல்லைப் பார்த்து பார்த்து கண்ணுமுழி சுருங்கிப் போச்சு; முகமெல்லாம் வாடிப்போச்சு. செல்லை சார்ஜ்ல போட்டுட்டு காலாகாலத்தில் தூங்குங்க, அம்மா காலையில ஆறுமணிக்கு எழுப்பிவிடறேன். நாங்க தூங்கப்

போகும் போது சார்ஜ் ஏறினதைப் பார்த்து ஆப் பண்ணி வைக்கிறோம்."

"இரும்மா.. இன்னும் பத்து நிமிசவேலை இருக்கு" என்றாள். மகனும், மகளும் அவரவர் வேலைகளைத் தொடர்ந்தனர். இவள் முன்வாசல் பக்கம் போனாள்; கணவன் பின்தொடர்ந்தான்.

"ஏப்பா, ஆஸ்பத்திரியில் என்ன நடந்தது? ஏன் அவ்வளவு பதற்றமாக இருந்தே..." என்று அவளது தோளைத் தொட்டான். உள்கதவை மூடிட்டு வாங்க, அதுக்குள்ளே பாத்ரூமில் போட்ட துணிகளை அலசிக் காயப் போட்டுட்டு வந்துர்றேன் என்று குளியலறை போனாள்.. கணவன் தண்ணீர் குடிப்பது போல் பிள்ளைகள் படிப்பில் ஆழ்ந்திருப்பதை உறுதிப்படுத்தி வெளியே வந்து உள்கதவை சத்தமின்றி மூடினான். இவள் வந்ததும் வெளிவாசல் முகப்பில் உள்வாசலைப் பார்த்தபடி இருக்கைகள் போட்டமர்ந்தனர்.

"அவ்வளவு பதற்றப்படும்படி என்ன ஆஸ்பத்திரியில் நடந்தது?" "ஐயோ அந்தக் கொடுமையை சொல்லாமல் தீராது."

★★★

"இன்னைக்கு சாயந்திரம் ஆறுமணி வாக்கில எங்கள் கிளினிக்கிற்கு ஒரு தாயும் மகளும் டாக்டரம்மாவைப் பார்க்கணுமுனு வந்தாங்க. பதிவேட்டில் பெயர் வயசு, இரத்த அழுத்தம், உடல் எடை, உயரம் எல்லாம் பதிந்ததும் உட்காரச் சொல்லிவிட்டு டாக்டரம்மாவிடம் தகவல் தெரிவித்தேன். கூட்டமில்லாத நேரம் தான்; மேடம் உடனே உள்ளே வரச்சொன்னாங்க.

மேடத்தை பார்த்ததும் அந்தப் பெண்ணின் தாய், அழுதபடி நடந்ததைச் சொன்னார்.

"நாங்க புருஷன் பொண்டாட்டி ரெண்டுபேரும் கட்டடவேலை செய்றோம். நாங்க வெயிலிலும் மழையிலும் அவதிப்படற மாதிரி பிள்ளைக அல்லல் படக்கூடாதுன்னு பிள்ளைகளை படிக்கவச்சுகிட்டு இருக்கோம். மகள் பதினொன்னாவதும், மகன் ஒன்பதாவதும் படிக்கிறாக.

கொரானாவால பள்ளிக்கூடம் திறக்கலை; என்னமோ செல்லிலே கிளாஸ் நடத்துறாங்கலாமேன்னு கந்துவட்டிக்கு வாங்கி ஆளுக்கு அஞ்சாயிரத்தில செல்லும் அதுக்கான கருவிகலாம் வாங்கிக்

குடுத்தோம். பள்ளிக்கூடம் திறக்காட்டியும் மகளும், மகனும் கிரமமா படிக்கிறாங்கலேன்னு சந்தோசப் பட்டோம்; கடனை அடைக்கணுமே, மேல படிக்க நாலுகாசு சேர்க்கணுமேனு வாரலீவுகூட எடுத்துக்காம கிடைச்ச இடத்தில எல்லாம் வேலை பார்த்துக்கிட்டு இருக்கோம். என் கண்டிசனில என்புருஷன் பீடி சிகரெட், தண்ணி, வெந்நிகூட பிள்ளைகளுக்குத் தெரியற மாதிரி புழங்குறதில்லை.

மகளுக்கு மாசாமாசம் தூரத்துக்கு ஒதுங்குறப்ப அச்சலுத்திப்படக் கூடாதுன்னு நாப்கின் வாங்கிக் குடுத்துருவேன். பொழுது விடிஞ்சா வேலைக்குப் போறோம்; அடைஞ்சா வீட்டுக்கு வாறோம். சனி ஞாயிறு நல்லநாளு பெரியநாளு பார்க்காம வேலை வேலைனு திரியறோம். எதோ மகளுனு இருக்கிறதால படிச்சுகிட்டே சோறு கொழம்பு ஆக்கி வச்சிருப்பா; தின்னுட்டு கட்டையைக் கிடத்திட்டு, விடிஞ்சா எந்திருச்சுப் பறப்போம்.

இந்த அவதியில மக தூரக்கெடுவு நாளெல்லாம் மறந்து போச்சு. இன்னைக்கு திடீருன்னு ஞாபகம் வந்தது; இன்னைக்கு மாசக்கடைசி; தூரக்கெடுவு இல்ல. நாப்கின் வாங்க மறந்துட்டேன். சமாளிச்சுக்க தாயி, காலையில வேலைக்குப் போறதுக்கு முன்னே வாங்கிக் குடுத்துட்டுப் போறேன்னேன். மக பேசாம இருந்தா; என்ன தாயி கோவமா என்று அவளது தோளைத் தொட்டேன். மௌனமா இருந்தா.. உத்துப் பார்த்தேன்; உடல் பூசினமாதிரி இருந்தது; முகத்தில பொலிவு கூடி இருந்தது. வெளியே போகாம வீட்டுக்குள்ளே இருக்கிறதுனால பளிச்சுன்னு இருக்கானு நினைச்சேன். கையைப் பிடிச்சேன். நாடி கட்கட்டுன்னு பேசுச்சு.

என்னடி ஒரு வடியா இருக்கே? உடம்புக்கு என்னடி பண்ணுதுன்னு அதட்டிக் கேட்டேன். ரெண்டுமாசமா தூரம் வரலை; நின்னு போச்சுன்னு சொன்னா... எனக்கு வகுத்தில தீ பிடிச்சமாதிரி இருந்துச்சு. யாருடி அவன்னு கேட்டேன். தம்பி தான். செல்லுல ஏதேதோ கதை வருதுன்னு சொல்லி ரெண்டுபேரும் பார்த்தோம். எம்மைமோ நடந்துருச்சு என்று காலைப் பிடித்தாள். அடப் பாதகத்தி, அக்கம்பக்கம் வேற யாருக்கும் தெரியுமாடின்னு தலையில் அடிச்சுக் கேட்டேன். தம்பியைத் தவிர வேற யாருக்கும் தெரியாதுன்னு அழுதாள்.

மகன் சிநேகிதக்காரன் வீட்டுக்குப் போயிருந்தான். அப்படியே அரவமில்லாமல் கடைத்தெருவுக்கு போற மாதிரி நடந்தே

வந்துட்டோம். இவுங்க அப்பாவுக்குக்கூட தெரியாதும்மா,. நீங்கதாம்மா தெய்வமா இருந்து, இந்த கிரகத்தைக் கழிச்சு எங்க குடும்பத்தைக் காப்பத்தணும்" என்று அம்மா அழுதாள்.

"உன் மகனை என்ன செய்யப்போறே?"

"அவனை என்ன செய்ய? பஞ்சையும் நெருப்பையும் பக்கத்தில் வச்சு சீமைத்தண்ணியையும் கையில் கொடுத்து வந்தது எங்க தப்புங்கிறதா.... இந்த செல்லுல கந்தரகோலம் கண்றாவியை எல்லாம் போட்டு விட்டுருக்கானே அவனை சொல்றதா? மகனும் மகளும் ரெண்டுபேரும் ரெண்டு கண்ணுக.எந்தக் கண்ணை குத்தம் சொல்லி பிடுங்கி எறிய..? வெளியில தெரியாம கழுக்கமா கலைச்சுடுங்கம்மா குலதெய்வமா இருப்பீங்க.! வெளியில தெரிஞ்சா குடும்பத்தோட நாண்டுக்கிறதைத் தவிர வேற வழியில்ல" மகனைக் கொஞ்ச நாளைக்கு கிராமத்தில எங்கம்மா வீட்டில தங்க வைக்கணும்.

பிள்ளைக என்ன செய்யிறாங்கன்னு பெத்தவங்கதான் கருத்தா கவனிக்கணும். படிக்கத் தெரியாட்டாலும் படிப்பு சம்மந்தமா அப்பப்ப கேட்டோமுன்னா அவுங்க சொல்றதில இருந்து சில விசயங்களை யூகிக்கலாம். பிள்ளைக சொல்றதிலிருந்து பொய், நிசம் புரிஞ்சிக்கலாம். அடிக்கடி பெத்தவங்க கேட்க ஆரம்பிச்சாவே தப்பு பண்றது குறைஞ்சிரும்.

சரி; தப்பு நடந்துருச்சு. பின்விளைவு தெரியாம உணர்ச்சி வேகத்தில செஞ்சுட்டாக. இது உங்க பிள்ளைக தப்பு மட்டுமல்ல. அரசாங்கம் எட்டாம் வகுப்பு பிள்ளைகளுக்கு ஆண், பெண், உடல்கூறு பற்றியும், உறுப்புகள் ஒவ்வொன்றின் நோக்கமும், அதன் இயக்கமும் உடல் ரீதியான, சமூகரீதியான தாக்கமும் விவரமா சொல்லிக் கொடுத்திருந்தால் இந்தமாதிரி தவறுகளும் நடக்காது. ஆண், பெண் வேற்றுமை, உசத்தி, தாழ்த்தி நடத்திற கொடுமைகளும் நடக்காது. ஆணும் பெண்ணும் சகஉயிரின்னு தெரிஞ்சுகிட்டா நிறைய பிரச்சினைகள் குறைஞ்சிரும்!

கவலைப்படாதீங்க. அந்த பையனுக்கு சரியான மனநல ஆலோசனை சொல்லி அவனை நல்ல வழிப்படுத்துறோம்.. இந்தப் பிள்ளையின் அழுக்கையும் எடுத்துருவோம். இந்தப் பிள்ளைக்கும் விவரமா சொல்லுவோம். இப்படி காலில் விழுகிறதை விடுங்க. யாரும் வேணுமுன்னு தப்பு செய்யிறதில்லை. அந்த ரெண்டு செல்லுகளையும் கொண்டாங்க. அதுமாதிரி

குப்பைகள் அந்த செல்லுல இனி வராம செய்து தாரேன். இது மாதிரி உங்க குடும்பத்தில மட்டும் நடக்கலை. எத்தனையோ நூத்துக்கணக்கான குடும்பங்களில் இப்படி குளறுபடிக நடந்திருக்கு. போனவாரம் கூட கோயம்புத்துரில் இப்படி நடந்து தற்கொலை செய்தி வந்தது. நீங்க உணர்ச்சி வசப்பட்டு வேற முடிவுக்குப் போகாம நேரே எங்கிட்ட வந்துட்டீங்க. அதுவரைக்கும் நல்லது. நான் காப்பாத்தித் தர்றேன். கவலைப்படாதீங்க

★ ★ ★

"இதெல்லாம் கேட்டுட்டு என்னைக் கட்டுப்படுத்தவே ரொம்பக் கஷ்டப்பட்டேன். நம்ம வீட்டில இப்படி நடந்துறக் கூடாதேன்னு எனக்கு தெரிஞ்ச எல்லா தெய்வங்களையும் வேண்டிக்கிட்டேன். எப்படா வீட்டுக்குப் போவோம்ன்னு துடிச்சுக்கிட்டு இருந்தேன். மெல்ல உள்ளே போங்க. பிள்ளைக தூங்கிட்டாங்கனா அவுங்க செல்லுகளை குடைஞ்சு பாருங்க. பார்க்கக்கூடாதது எதையும் பார்த்திருக்காங்களான்னு பாருங்க.

இருவரும் மெல்ல ஓசையில்லாமல் உள்ளே போனார்கள். மகள் அம்மாவின் அறையிலும் மகன் அப்பாவின் அறையிலும் உறங்கிக் கொண்டிருந்தார்கள். அப்பா, பிள்ளைகளின் செல்களைக் குடைந்தான். அந்த மாதிரி செய்திகள் வராமல் செயலிகளை நிறுவினான்.

"நம்ம பிள்ளைக நல்லபிள்ளைக தாம்.! ஏங்க டாக்டருக்கு படிக்க கவுன்சிலிங் தர்ற சாக்கில நம்ம பிள்ளைகளுக்கும் உடலியல் கல்வி பற்றி எங்க மேடம் மூலமா கவுன்சிலிங் கொடுக்கலாமில்ல..."

கணவன் தனது வலக்கையை உயர்த்தி அவளது வலக்கையில் மோதினான். இருகைகளும் இணைந்தன.

[காக்கைச்சிறகினிலே –மாத இதழ் ஆகஸ்ட் -2021.]
❑

7

அன்பால் அணை...

வெளிவாசல் இரும்புப்படலை யாரோ திறக்கும் சத்தம் கேட்டது. மென்துயிலில் ஆழ்ந்திருந்த சுப்பிரமணியம் இலைத்துளி பட்ட தாய்ப்பறவை போல் சிலிர்த்து நெஞ்சில் விரித்திருந்த புத்தகத்தை மேஜையில் வைத்தார். ஜன்னல்வழி ஊடுருவினார். மீண்டும் தாழை அசைத்து "சார், பி.எஸ்.சார்" என்றகுரல் பழகியதாகவுமில்லை புதியதாகவுமில்லை. "உள்ளே வாங்க" என்றபடி எழுந்தார்.

நாற்பத்தைந்து வயதர் ஒருவர் மிடுக்கும் பணிவும் கலந்த உடல்மொழியில் வணங்கினார். வீட்டின் உள்ளே கூடத்தில் அமரச் செய்தார். "கோவிச்சுக்காதீங்க; வயசாயிருச்சில்ல உங்களை யாருன்னு என் ஞாபகத்துக்கு வரலை..."

"சார் மன்னிக்கணும்" என்றவாறு குனிந்தவர், சுப்பிரமணியம் தடுக்குமுன் அவரது காலைத் தொட்டு வணங்கினார். "விழக்கூடாது, எழுந்திரிங்க" "சாரி, சார்... என்பேர் முத்துகிருஷ்ணன்; 1980இல் நீங்கள் எனக்கு பத்தாம்வகுப்பு ஆசிரியர்; அப்புறம் எனக்கு பதினொன்னு, பன்னிரெண்டாம் வகுப்புகளில் கணிதமும், இயற்பியலும் நடத்தினீர்கள்.

உங்கள் ஆசிர்வாதத்தால் மத்திய ரயில்வேயில் உயர் அதிகாரியாக வேலைபார்க்கிறேன். எங்கள் செட் மாணவர்கள் இருபதுக்கு மேற்பட்டவர்கள் நல்லநிலையில் இருக்கிறோம். நாங்க நம் பள்ளி ஆசிரியர்களை கவுரவிக்கலாம் என்று யோசனை. நாங்கள் விசாரித்ததில் எங்களுக்கு வகுப்பு எடுத்த ஆசிரியர்களுள் நீங்கள் ஒருவரே தற்போது நம்மூரில் இருப்பதாகத் தெரிந்தது. சார் ஒப்புதல் அறிந்தபிறகு, மதுரை, சென்னையில் இருக்கும் தமிழ், ஆங்கில ஆசிரியர்களுக்கும் தகவல் தெரிவித்து அக்டோபர் ரெண்டாவது சனிக்கிழமை விழா நடத்தலாம் என்ற யோசனை. உங்கள் சம்மதம் கேட்கவே வந்தேன். மற்ற நண்பர்கள் எல்லாரும் உங்கள் இசைவு பெற்றதும், உங்களை அழைக்க வருவோம்."

"இந்தக் கிழவனை, என் மாணவன் ரயில்வே உயரதிகாரியாகத் தேடிவந்தது ரொம்ப சந்தோஷம்! வாங்கின சம்பளத்துக்கு எனது

சமூகக் கடமையைச் செஞ்சேன். இதுக்கு பாராட்டு கௌரவம் எதுக்கப்பா.? என்கிட்டே படிச்சாலும் உனது முயற்சியால் உயரதிகாரியாக வந்திருக்கே. நான்தான் உன்னைப் பாராட்டணும். இதோ இந்த "சத்தியசோதனை" புத்தகம். இதைப் பலர் முழுசா புரிஞ்சிக்கலை. நீங்க மத்திய அரசில வேலை பார்க்கிறீங்க உங்களுக்கு இது அவசியம். படிச்சு உங்க சமூகக்கடமையை செய்ங்க. என் ஆசிர்வாதமும், வாழ்த்துகளும் எப்போதும் உண்டு!"

"ரொம்ப நன்றி சார். உங்ககிட்ட படிச்ச நாங்க முப்பதுபேரில் இருபதுபேருக்குமேல் சமூகத்தில் நல்ல நிலையில் இருக்கிறோம். ஏறக்குறைய முப்பது வருசத்துக்குப்பின் எல்லா நண்பர்களும் சந்திக்கிற சந்தோசத் தருணத்தில் உங்களைப் போன்ற பொறுப்புணர்வு ஊட்டிய ஆசிரியர்களால் உயர்ந்த நாங்க நன்றி தெரிவிக்கவும் வாழ்த்து பெறவும் விரும்புறோம். இது வெறும் நன்றி பாராட்டும் நிகழ்ச்சி மட்டுமல்ல; இன்றைய ஆசிரியர்களுக்கும், மாணவர்களுக்கும் நீங்கள் அடிக்கடி சொல்லும் சமூகப் பொறுப்பை உணர்த்தும் நிகழ்ச்சி என்று நாங்கள் கருதுகிறோம். நீங்கள் அவசியம் குடும்பத்தோடு வரவேண்டும். அம்மா எங்கே காணலை."

மனைவி இறந்ததும் பாதி உயிர் போனது. பிள்ளைகளுக்காக காத்திருக்கும் மீதிஉயிரும் அடிக்கடி கடலலைபோல எல்லைவரை போய்போய் திரும்புவதை நினைத்தவாறு மனைவியின் போட்டோபக்கம் திரும்பினார். மனைவி வாடிய மாலைக்கிடையில் வாடாத புன்னகையோடு மலர்ந்திருந்தார்.

"சாரி சார். நீங்கள் அவசியம் இந்நிகழ்வில் கலந்து எங்களுக்கு புதிய தூண்டலையும் புத்துணர்ச்சியையும் தரவேண்டும்.வர்றேன் சார்" கண்கள் பனிக்க சுப்ரமண்யம் வழியனுப்பினார்.

முத்துகிருஷ்ணனின் நண்பர்கள்! ஐந்துபேர் தங்களது கார்களில் பிற்பகல் நாலுமணிக்கே சுப்பிரமணியம் வீட்டுக்கு வந்துவிட்டனர். தம் வீட்டின்முன் விதவிதமான கார்கள் நிற்பது பேரப்பிள்ளைகளுக்கு குதூகலம் ஊட்டியது; மகனுக்கு பெருமையாக இருந்தது; இப்படியான பெருமைமிக்க மாமனாரை பாராமுகமாக சம்பளமில்லா காவல்காரரைப் போல் நடத்தினோமே என்ற உறுத்தல் மருமகளுக்கு. அவள் வெளிக்காட்டாமல், சிரிப்பைப் படரவிட்டு, மாமனாரை விழாவுக்கு அழைக்க வந்தவர்களுக்கு பிஸ்கட், டீ கொடுத்து உபசரித்தாள். தனது மனதை மாற்றிக்கொண்டு

விழாவுக்கு குடும்பத்தோடு கலந்துகொள்ள தயாரானாள். மருமகளின் மாற்றம் உணர்ந்து மாமனாருக்கு மனம் பூரித்தது. இந்த மாற்றம் தொடரவேண்டும் என்று வந்தவர்களிடம் மகனையும், மருமகளையும், பேரப்பிள்ளைகளைப் பற்றி பெருமை பட்டார்.

சரியாக ஐந்துமணிக்கு தலைமை ஆசிரியர் தலைமையேற்க விழா தமிழ்த்தாய் வாழ்த்தோடு தொடங்கியது. முத்துகிருஷ்ணன் வந்தவர்களை பொருத்தமான சொற்பூக்களால் வரவேற்று நிகழ்ச்சியை ஒருங்கிணைத்தார். மாவட்ட முதன்மைக்கல்வி அலுவலர், "சுப்பிரமணியத்தின் முப்பதாண்டு ஆசிரியப்பணியில் அவரது சமூகப்பொறுப்பும் அர்ப்பணிப்பும் மிக்க பணியின் விளைச்சலே அவரது மாணவர்கள் சமூகத்திலும், அரசுப் பணியிலும் உயர்நிலை வகிக்கிறார்கள். இம்முன்னாள் மாணவர்களின் செய்கைமூலம் இவ்வாசிரியர்களின் மேன்மையை உணரமுடிகிறது. சுப்ரமணியத்தையும், அவரது சக ஆசிரியர்களையும் தேடி அழைத்து தாம் படித்த பள்ளியிலேயே பாராட்டுவதோடு நிறுத்திக் கொள்ளாமல் இப்பள்ளிக்குத் தேவையான கணினிகள், ஆய்வக உபகரணங்கள் வழங்கவேண்டும். ஆண்டுதோறும் பழைய மாணவர்கள் கூடி, ஆசிரியர்களை ஊக்கப்படுத்துவதோடு, கல்விக்கூட வசதிகளையும் மேம்படுத்த உதவ வேண்டும்" என்றார். தனக்கு வேறு நிகழ்ச்சி இருப்பதாகக் கூறி ஆசிரியர்களுக்கு பொன்னாடை போர்த்திச் சென்றார்.

முன்னாள் மாணவர்கள் சார்பாக தெலுங்கானா மாநில ஐஏஎஸ் அதிகாரியாக இருப்பவர் ஒருவரும், டெல்லியில் காவல்துறை அதிகாரியாக இருப்பவர் ஒருவரும், மராட்டிய சுங்கத்துறை அதிகாரியாக இருப்பவர் ஒருவரும் சுப்பிரமணியம் உள்ளிட்ட முன்னாள் ஆசிரியர்களின் சிறப்பான குணங்கள் தங்களை ஊக்கமளித்து முன்னேற்றியமை பற்றி நெகிழ்வாகப் பேசினர்.

அந்தவூர் ஓட்டல் அதிபராக இருக்கும் முன்னாள் மாணவர் முருகன், "எதைச் செய்தாலும் ஈடுபாட்டோடும், பிறருக்கு உதவும்வகையில் செய்யவேண்டும் என்பதை பி.எஸ்.சாரிடம் கற்றேன். எனது குடும்பச் சூழல் காரணமாக பத்தாம் வகுப்புக்கு மேலே படிக்கமுடியவில்லை. எனக்கு வாழ்க்கைச்சூழல் நன்றாக அமைந்திருக்கும் பட்சத்தில் எனக்கு முன்னால் பேசிய நண்பர்களைப் போல நானும் உயரதிகாரியாக இருந்திருப்பேன். ஆனாலும் எதிர்நீச்சல் போட்டு இன்று இந்த ஊரில் ஓட்டல்

அதிபராகவும் மட்டுமல்ல, நகரின் முக்கிய பிரமுகராகவும் மதிக்கப்படுகிறேன். ஏழை மாணவர்களுக்கு உதவுகிறேன். இதற்குக் காரணம் இந்த ஆசிரியர்கள் ஊட்டிய கல்வியும், ஞானமும் தான்." கூட்டம் நெகிழ்ந்து உருகியது.

முத்துகிருஷ்ணன்: "ஓட்டல் அதிபராக உள்ள நண்பர் முருகன் அளித்த அறுசுவை உணவே அவரது தரத்தை உணர்த்தும். இந்நிகழ்வுகளுக்கான அனைத்து செலவுகளோடு, நமது வெளியூர் நண்பர்கள் தங்கவும் ஏற்பாடு செய்திருக்கிறார். இவை அனைத்தும் !சுப்பிரமணியம் சாருக்கு தனது காணிக்கை என்று அவர் நெக்குருகினார் என்பதோடு இந்தப் பள்ளி மாணவர் மேம்பாட்டுக்கு, நாங்கள் பல திட்டங்கள் வைத்துள்ளோம் என்பதையும் கூறக் கடமைப்பட்டுள்ளேன். நிறைவாக முன்னாள் ஆசிரியர்கள் சார்பாக சுப்பிரமணியம் சார் பேசுவதற்கு முன் எங்களது நண்பர்கள் இருபது பேரையும் இந்த பிரம்பால் ஓர் அடி அடித்து, ரீசார்ஜ் செய்ய வேண்டும்; பங்கேற்றவர்களுக்கும் பார்வையாளர்களாக இருந்து எங்களை கௌரவித்த ஆசிரியர்கள், மாணவர்களையும் ஆசீர்வதிக்கவேண்டும்."

சுப்பிரமணியம். "இப்படியோர் நெகிழ்வான நிகழ்ச்சியை ஏற்பாடு செய்தவர்களுக்கும், இந்நிகழ்வில் பங்கேற்றும், பார்வையாளர்களாக இருந்தும் எங்களை கௌரவித்த அதிகாரிகளுக்கும், சக ஆசிரியர்கள் மற்றும் சகக்குடும்பத்தார் சார்பாக நன்றியை தெரிவிக்கக் கடமைப்பட்டுள்ளேன். எங்களது பள்ளிமாணவர்கள் சமூகத்தில் உயர்ந்தநிலையில் இருப்பது எங்களுக்கு பெருமிதம்தான்! நான் 1983லிருந்தே பிரம்பைப் பயன்படுத்துவதில்லை. அந்த ஜூலையில் ஒரு நாள் மதுரைக்கு போயிருந்தேன். ஒரு ஓட்டலில் சாப்பிட்டுக் கொண்டிருந்தேன். எதிரில் சாப்பிட்டவர் இலையை எடுத்து துடைக்க ஒரு பையன் வாளியோடு வந்தவன்; என்னைப் பார்த்ததும் உள்ளே ஓடிவிட்டான். அவனைப் பார்த்த நொடியில் அந்தப்பையன் எனது வகுப்பு மாணவன்; புத்தகம் கொண்டு வராததற்கு அடிக்கடி என்னிடம் அடிபட்டவன் போலிருந்தது. எனக்கு உறுத்தலாக இருந்தது. சாப்பிட மனம் ஒப்பவில்லை; எழுந்து பணத்தைக் கொடுத்துட்டு அவனைப் பார்க்க ஓரமாக உட்கார்ந்தேன். பத்துநிமிடமாக அவன் வரவில்லை. பரிமாறுனர் "டேபிள்கிளீனிங் பாய்" என்று சத்தமிட்டுக்கொண்டே இருந்தார். அவன் வரக்காணோம். எனக்கு பசிபோயி மனதைப் பிசைந்தது. வகுப்பிலிருந்து விரட்டியது

மில்லாமல் வயிற்றுப்பிழைப்பில் இருந்தும் விரட்டி விட்டுட்டோமோ என்ற குற்றவுணர்வு வறுத்தெடுத்தது. போனகாரியத்தை விட்டுட்டு ஆண்டிபட்டிக்கு பஸ் ஏறிட்டேன்.

அன்று முழுவதும் சாப்பிடவில்லை. அன்றிலிருந்து பிரம்பை நினைப்பதுகூட இல்லை. அன்பால் அணைப்பது; இயலாதபட்சம் சொல்லால் கண்டிப்பது; பாடத்தை இயன்றளவு எளிமையாகவும், ஈர்ப்பாகவும் புரியவைப்பது என்ற நடைமுறை வகுத்துக்கொண்டேன். இந்த ஞானத்தை தந்தவன் உருவம் இன்றும் வாளியோடு என்கண்முன் வந்து வழிநடத்துது. அவனிடம் மன்னிப்புக்கோரத் தேடுகிறேன். தென்படவில்லை என்ற உடைந்த குரலையும், கசிந்த கண்களையும் சரி செய்யும் விதமாக சிறிது உறைந்தார்.

"அந்தப் பையன் நான்தான் சார்!" கண்ணீர் பொங்க ஓடிவந்த ஓட்டல் அதிபர் முருகன், ஆசிரியரை அணைத்து கைகளைப் பற்றினார்.

ஆகஸ்ட் 2021 - புதிய ஆசிரியன்

8
எலியோடு வாழ்தல்

எலியோடு குடித்தனம் செய்யும் நிலைக்கு கொரோனா மூன்றாவது அலை தள்ளிவிட்டது. எங்கள் வீட்டு எலிகள் என்னையும் என் மனைவியையும் எலியும் பூனையுமாய் ஓரியாடச் செய்துவிட்டன. அரசு ஊழியர்கள் ஊரோடிகள்; மகனுக்கும், மருமகளுக்கும் புது ஊருக்கு இடப்பெயர்வு. நாங்கள் இருவரும் ஓய்வு பெற்றிருந்தாலும் மகன் குடும்பம் எங்கோ அங்கே எம்மிருப்பும். இன்னும் ஒரு வருசத்துக்குள் மகனுக்கு பதவி உயர்வில் தலைநகருக்கு மாற்றம் ஏற்பட வாய்ப்புண்டு. அதனால் இந்த ஊரின் புதுக்குடியிருப்பில் எனது புத்தக சாம்ராஜ்யத்தை விரிக்கவில்லை. மூடைக்குள்ளே அறிஞர் பெருமக்கள் மூச்சுமுட்டி புழுங்கிக் கொண்டிருந்தனர்.

புத்தகப் புழுக்கம் எலிக்கு கொண்டாட்ட வாசனையை கிளப்பிவிட்டது, அறிவுப் பசியைத் தீர்க்கவேண்டிய அறிஞர் பெருமக்கள் எலிகளின் பசிக்கு விருந்து ஆகினர். எலிகளின் கொண்டாட்டமும், ஊடாட்டமும் குதூகலக் குரல்களும் மனைவிக்கும் எனக்கும் இடையே கலகத்தை பற்றவைத்தது. மனைவி அடைமழையாய் சிணுசிணுத்து சொல்லால் நனைத்தாள்.

எங்களுக்கு கல்யாணமான புதிதில், 'எனக்கு முதல்காதல் புத்தகமும், வாசிப்பும் தான் என்று உண்மையை உளறிவிட்டேன். அது மனைவி மனத்துள் இன்றும் புகைந்து கொண்டே இருந்து, வாய்ப்பு கிடைக்கும் போதெல்லாம் வெடிக்கும். புத்தகங்களை அடைஞ்சு வச்சிருப்பது தேசத்துரோகம் என்ற தளத்துக்கு கூண்டிலேற்றிவிட்டாள். வாசிப்பினால் வந்த மகிமைகளை நான் சொன்னது மனைவி காதில் விழவேயில்லை. மகன் வந்து புத்தகத்தால் அவனடைந்த பலனையும் சொல்லி என்னையும் காப்பாற்றியவன், "படித்து முடித்தவற்றை யாருக்காவது குடுக்கலாமில்லப்பா" என்று அம்மாவுக்கும் ஒரு ஆறுதலைச் சொல்லி அவன் தன் பெற்றோர் பாசத்தை சமன்படுத்திக் கொண்டான்.

இந்தத் தருணத்தில் சமையல்காரர் மூலம் கொரோனா என் மனைவிக்கும், மருமகளுக்கும், மனைவி மூச்சு வழி என்னையும் தொற்றியது தெரிய வந்தது. இரண்டுமுறை தடுப்பூசிகள் போட்ட பின் மூன்றாவது பூஸ்டர் ஊசி போடும் தருவாயில் மூன்றாவது அலை வலையில் வீழ்த்திவிட்டது. இத்தனைக்கும் வீட்டுக்குள் முகக்கவசத்தோடு தான் உலவுகிறோம். தாக்கியது கொரோனாவின் திரிபா, ஒமிக்ரானான்னு அறிந்துகொள்ள அனைத்துவகை சோதனைகளும் செய்தாகிவிட்டது. சோதனை ஊசிகளால் இருகைகளிலும் ரணம்; நோயின் வலியினும் சிகிச்சைவலி தாளமுடியவில்லை. வயதான பெற்றோரின் உயிர்காக்க மகனின் அன்பின்வலியை பெருமையோடு ஏற்கத்தானே வேண்டும்!

மகனுக்கோ, பேரன்களுக்கோ, தொற்று பரவுவதைத் தடுக்க எங்களது அறையில் மருமகளையும், முக்கிய சாமான்கள் வைக்கும் அறையை ஒதுக்கி அதில் நாங்களிருவரும் என வீட்டுச்சிறையில் புகுந்தோம். அறைக்குள் இருந்த அடைசல்களை எல்லாம் ஒழுங்குபடுத்தி கிருமிநாசினி தெளித்துதான் தனிமைச்சிறை புகுந்தோம். ஆள் நடமாட்டமில்லாது எலிகள் திரிந்த அறையில் நாங்கள் இருந்ததால் என்னவோ எலிகள் ஏதும் தென்படவில்லை. கிருமிநாசினி வாசத்துக்கும் எலி வாசத்துக்கும் இடையே வித்தியாசமும் புலப்படவில்லை.

மருத்துவர் கொடுத்த மருந்தின் வேகத்தில் மனைவி உறங்கிவிட்டாள். நானும் அதே மருந்துகள் உட்கொண்டாலும் எனக்கு பத்து இருபது பக்கங்கள் வாசித்து அசைபோட்டால்தான் உறக்கம் வரும். எல்லா விளக்குகளையும் அணைத்து விட்டு படுக்கை தலைமாட்டிலுள்ள விளக்கு வெளிச்சத்தில் புத்தகத்தை விரித்து, விட்ட இடத்திலிருந்து தொடர்ந்தேன். புத்தகத்தில் கண்கள் நகருது. ஆனால், கருத்து மனசில் நுழையவிடாமல் மனைவியின் குறட்டை ஒலிச்சுவர் எழும்பி தடுத்துக்கொண்டே இருந்தது. விளக்கை அணைத்து புத்தகத்தை மூடினேன். முகத்தில் அமைதியைத் தேக்கி மனைவி உறங்கும் அழகைப் பார்த்தேன்.

அலை ஏறி இறங்குவதுபோல் உடலில் சீரான ஏற்ற இறக்கங்கள். இயற்கையை நாம விலக்கினாலும் அது இன்னும் நம்மிலிருந்து விலகவில்லை. நீலவானத்தில் வண்ணமேகங்களின் நகர்வுகள் போல மனதின் எண்ணங்களும் முகத்தில் உலவுகின்றன போலும். உற்று நோக்கினேன். நித்திரையில் கனவு விரிகின்றன; உள்மூச்சும்

வெளிமூச்சும் ஜோடிப்பாடலை குறட்டையில் பாடி ஆரோகண அவரோ கண வெளியில் சஞ்சரிக்கின்றனவோ...!

மின்காந்த மோட்டருள் இந்த குறட்டை ஒலியைச் செலுத்தி இயக்கினால் மின்னாற்றல் கிடைக்கக் கூடும். இந்த மின்சாரம் கொண்டு ஒருமின்விசிறி ஓடினால்கூட நமக்கு எந்திர லாபம்தானே..!

எலிகளின் கீச்சொலிகளும் திடு திடுன்னு ஓடும் ஒலிகளும் என் சிந்தனையைக் கலைத்தன. எரிச்சல் வந்தது. விளக்கை ஒளிரவிட்டேன். எலிகள் பதுங்கிக் கொண்டன. விளக்கின் வெம்மைத் தாங்காமல் துள்ளிய இருமலிடையே கண் திறக்காமலே, "இன்னும் தூங்கலையா, விளக்கை அணைச்சுட்டு படுங்க, எப்ப பார்த்தாலும் புத்தகமும் கண்ணுமா..." என்று சிறு இருமலிடையே குறட்டை சங்கீதத்தைத் தொடர்ந்தாள். எலிக்கு அஞ்சி விளக்கை ஒளிரவிட்டு படுக்கையில் புரண்டேன். எலிகள் உலாவிய இடத்தில் மனுஷன் திரியிறானு அது நினைக்குதோ என்னமோ... யாருடைய இடம் யாருக்கு... நினைப்பிலே தூங்கி விட்டேன்.

மறுநாள் பகலில் எலிகள் நடமாட்டம் தெரியவில்லை. ஆனாலும் எலிக்கவிச்சி மூக்கை அறுவியது. மனைவியிடம் எலி குறித்து நான் மூச்சு விடவில்லை. அப்புறம் அவள் பூனையாகி என்னைக் குதறிவிடுவாள். கொரோனாவை விட பெருந்துன்பம் வந்து சேரும். என்றாலும் எலி வராமல் தடுக்க முன்னெச்சரிக்கை என்று எலிப்பொறிக்கூண்டில் வடையை செருகி வைத்தேன். "நீங்கதான் எலியை வளர்க்கிறீங்க; நீங்களே அனுபவிங்க. எங்கிட்ட அதைப் பேசாதீங்க" சமர்த்தாக தன்னை விலக்கிக் கொண்டாள். கொரோனா மூக்கடைப்பைத் தாண்டி வடை மணத்துக் கொண்டிருந்தது. எலிகளைக் காணவில்லை. குடை கொண்டுவரும் நாளில் மழை வருவதில்லை; எலிக்கூண்டு வச்ச நாளில் எலி வருவதில்லை போலும்!

பகலில் இருமுறை மருத்துவ சோதனைகள் இரண்டுமணிக்கொரு தரம் ஆக்சிஜன் நிலவரம்னு சோதித்து மனக் கலவரமும், நம்பிக்கையுமாய் பகல் கடந்தது. செய்தி பார்க்கலாமென்று தொலைக்காட்சியை இயக்கினால் நாளை ஞாயிற்றுக்கிழமை முழு அடைப்பென்று இன்றே காய்கனி கடைகளிலும், கறி, கோழி, மீன் கடைகளில் மக்கள் தேனீக்கள் போல் அப்பிக் கிடக்கின்றனர். நோய் தடுப்புணர்வோ, உயிர் பயமோ இல்லாமல் இப்படித்

திரிகிறார்களே. இன்று புதிதாக திங்கப்போகிறார்களா, இல்லை இன்றைக்கு கடைசியாகத் திங்கப்போகிறார்களா என்னவென்று புரியவில்லை. ஒருபக்கம் மனுஷன் உயிருக்காகப் போராடுகிறான். மறுபக்கம் உயிர்ப்பயமின்றி திங்க அலைகிறான். மனித இயல்புகளையே இந்தக் கொரோனா புரட்டிப்போட்டு விட்டதே. தொலைக்காட்சியை நிறுத்தினேன்.

அவரவர் உயிரை பாதுகாத்து கொண்டால்தான் குடும்பத்தினருக்கும், சகமனிதருக்கும் உதவியாக இருக்கும். இரவுணவு உண்டு அவரவர் மருந்துகளை விழுங்கினோம். அறைக்குள் கொஞ்சநேரம் நடைக்குப் பின் ஆக்சிஜன் சோதனைகள் செய்து கொண்டோம். தொண்ணூற்று ஐந்துக்கும் தொண்ணூற்று ஏழுக்கும் இடையே ஏற்ற இறக்கமாக இருந்தது.கீழிறங்கவில்லை என்ற நிம்மதியோடு படுக்கப் போனோம். மனைவி என்ன பிறவியோ தெரியவில்லை. படுத்தவுடன் குறட்டைக் கச்சேரி தான்.

நான் வழக்கம்போல கண் சோரும்வரை புத்தகத்தில் மூழ்கி எழுந்து விளக்கை அணைத்தேன். அடுத்த ஐந்தாவது நொடியில் எலிகளின் கார்வார் தொடங்கிவிட்டது. கீச்சொலிகளில் குலாவி குதூகலித்து ஓடின. கண்ணருகே வந்த தூக்கம் கலைந்து போனது. கருகருத்து திரண்டு இறங்கிய மழைமேகத்தை காற்று கடத்திப்போனபின் வறண்ட மேல்காற்று வீசுவதுபோல் வெற்றுக் கொட்டாவிகள் பரிந்தன. கண்களை மூடினேன். மனதோடு காதுகளும் திறந்துகொண்டு எலிகளைக் கவனித்தன.

பரபரவென்று ஓடிய எலி ஒன்று பொறிக்குள் வைத்திருந்த வடையை இழுக்க முயற்சித்து கூண்டுக்குள் சிக்கவும் பட்டென்ற சத்தத்துடன் கூண்டு மூடிக்கொண்டது. கூண்டுப் பொறியின் கம்பிகளைக் கடித்துக் கடித்து பயனில்லாமல் கீச்சிட்டது. இன்னும் சில எலிகள் ஓடிவந்து கூண்டை நகர்த்தின; கூண்டைத் திறக்க முடியவில்லை ஏதோ விநோத ஒலியில் பகிர்ந்தன. அப்புறம் போய்விட்டன. சிக்கிய எலி கூண்டுக் கம்பியைக் கடிப்பதும், கூண்டை நகர்த்துவதுமாகத் துடித்தது.

நான் விழுங்கிய மருந்தின் வேகமும், எலிக்கவிச்சியும் சேர்த்து தொண்டை அறுவி இருமல்களாக வதைத்தது. உயிர்ச்சரட்டை உலுக்கியது. கொரோனா எனும் கொடுங்கூண்டு சிறையிலிருந்து மீள நான் போராடுகிறேன். அங்கே எலி மரணக்கூண்டில் சிக்கிப் போராடுகின்றது. பாவம், அந்த எலி, தன் உணவுக்காகத்தானே

புத்தகத்தையோ, வடையையோ தேடி வந்து தின்று ஜீவிக்கிறது. அதற்கு எட்டாத பாதுகாப்பான இடத்தில் வைத்திருந்தால் எலி புத்தகத்தை திங்கப் போயிருக்காதில்லை. நாம் கவனமின்றி இருந்து விட்டு எலிகள்மீது பழி போட்டு அதனைக் கொல்லவும் முயற்சிக்கிறோம். கவனப்பிசகால் தொற்றிய இந்த உயிர்க் கொல்லி நோயிலிருந்து தப்ப நமக்கு எவ்வளவு நியாயம் இருக்கோ அந்தளவு இந்த எலி கூண்டிலிருந்து தப்பவும் நியாயம் உண்டல்லவா..? வருத்தும் இருமல்களுக்கிடையே மனசு உறுத்தியது.

மெல்ல எழுந்தேன்; கூண்டுக்குள் சிக்கிய எலி சோர்ந்துகிடந்தது. பூனை நடையில் கதவைத் திறந்து பார்த்தேன். கூடத்தில் யாருமில்லை; என் இதயத்துடிப்பை எதிரொலித்த சுவர்க்கடிகாரம் ஒரு மணியைச் சுட்டியது. கண்களைத் தவிர்த்து காது, மூக்கில் குளிர்காற்றுபுகாமல் துண்டால் இறுக்கி கட்டிக்கொண்டேன். அரவமில்லாமல் வெளிக்கதவைத் திறந்து எலிக்கூண்டை இடக்கையில் பற்றி தோட்டத்துப் பக்கம் சென்றேன். வானில், கழற்றி எறிந்த முகக் கவசமாக ஏழாம்பிறை கிடந்தது; நட்சத்திரங்கள் மௌனமாக வாழ்த்துகளைப் பொழிந்தன.எலிக்கூண்டை திறந்து விட்டேன். எலி துள்ளிக்குதித்து ஓடியது. பார்த்ததும் எனக்குள் உயிரோட்டம் கூடியது.

தினமணி கதிர் - 27-02-2022

9

புதியன புகுதல்

இரவு ஏழுமணி இருக்கும். கிழக்கு வானத்தை ஏறிட்டிருந்த மனைவி இவரைப் பார்த்தாள். இவரும் வானத்தை நோக்கினார். குளத்தில் நீர் முகக்கும்போது எவர்சில்வர் குடம் கைநழுவி நீரில் விழுந்து மூழ்குகையில் பின்பாகம் வட்டமாய் மிதப்பது போல் மார்கழி முன்பனியில் மங்கலாக நிலவு மிதந்து கொண்டிருந்தது. அவள் என்ன சொல்லப் போகிறாள் என்று இவர் நினைக்கும்போது மனைவி பேசத் தொடங்கி விட்டாள்.

"இங்க பாருங்க, பௌர்ணமிக்கு இன்னும் ரெண்டு மூணுநாள் தான் இருக்கு. அப்புறம் தை பிறக்கும், முதல்நாள் போகி வந்துரும். போன வருஷம் மாதிரி பிரச்சினை வந்துறக் கூடாது. அதனால பௌர்ணமிக்கு முன்னால தேன்கூடை அப்புறப்படுத்தற வேலையைப் பாருங்கள்!"

இவர்கள் வீட்டின்முன் வேப்பமரம் ஒன்று ஆழக் காலூன்றி நீண்டு அகண்டு கிளைகள் விரிந்து நேராய் நிமிர்த்திய பச்சைநிற நுரையீரல் போல் நிற்கிறது! இவர்களது வீட்டுக்கு வேப்பமரத்து வீடு என்றும் இந்தத் தெருவுக்கே வேப்பமரத்துதெரு என்ற அடையாளத்தையும் சூடிக் கொடுத்தது. அதன் உயரக்கிளையயில் கொம்புத்தேன் கூடு கட்டியிருக்கிறது. பகலில் எந்நேரமும் ஸ்ஸ்ஸென்று சுருதி மீட்டிய ரீங்காரமும் எந்த மலரின் மணமென்று பிரித்துணர இயலாத ஒரு சுகந்தமும் வேப்ப மரநிழலின் குளிர்ச்சியும் மந்தகாசமாகத்தான் இருக்கும்! தெருவில் அம்மரத்து நிழல்விரிப்பில் காய்கனி விற்கும் கூடைக்காரர்கள், தள்ளுவண்டிக்காரர்கள் சற்று இளைப்பாறிச் செல்லுவர். காலையில் பறவைகள் பூபாளம் பாடி எழுப்பும். மாலையில் மொழி, இன வேறுபாடின்றி அடைந்து தமது அன்றைய வலசை அனுபவங்களை பகிர்ந்து கொள்ளும்! கோடைக் காலம் வந்தால் மஞ்சளும் வெள்ளையுமாகப் பூத்த வேப்பம் பூக்கள் அட்சதை தூவியதைப் போல் சொரிந்து கிடக்கும். கசப்பும் இனிப்பும் கலந்த வாசம் கமழ்ந்து கிடக்கும்! மனிதர் மட்டுமன்றி ஆடும் கோழியும் நாயும் மயங்கிக் கிடப்பர்! இப்படிக் கவிதைப் பொழியும் வேப்பமரத்தில் உச்சாங்கிளையயில் ஒரு பாகை அகலத்திற்கு தேன் கூடு கட்டியிருந்தது. பலருக்கு அச்சத்தை ஊட்டியது. அந்த மரத்தின்

நிழலை மகிழ்வோடு அண்ணாந்தவர்கள் அகலமான கல்லீரல் வடிவில் தொங்கும் தேன்கூடைக் கண்டு பிரமித்து அஞ்சுவர்.

போன வருஷம் போகியன்று தெருவில் இளவட்டங்கள் போகி கொளுத்துவதற்காக சைக்கிள்டயரில் பழைய துணிகளைச் சுற்றி நெருப்பிட்டு சுழற்றினர். சுழற்சி வேகத்தில் கரும்புகை சூழ்ந்த நெருப்பு ஜுவாலையின் பொறிகள் தேன்கூட்டைத் தாக்கியது. வெப்பம் தாளாமல் தீச்சுடர் வந்த திசை நோக்கி கூட்டமாய் காவல்தேனீக்கள் இறங்கி சுழுந்து சுற்றியவர்கள், வேடிக்கை பார்த்தவர்கள் அனைவரையும் விரட்டிக் கொட்டியது. தேனீக்களின் தாக்குதலைத் தாங்க இயலாமல் சுழுந்துவை அங்கங்கே போட்டு விட்டு பக்கத்திலிருந்த வீடுகளில் நுழைந்து கதவைச் சாத்திக் கொண்டனர். கன்னத்தில், கண்இமையில், நெற்றியில் கழுத்தில் எனத் தேனீ கொட்டிய இடமெல்லாம் வீங்கியது. தைமாதம் கல்யாணமாக வேண்டிய பெண்ணின் கீழுதடு வீங்கித் தொங்கியது. பலரும் முகம் வீங்கி கோரமாய்த் தெரிந்தார்கள். இருவர் பயத்தில் மயங்கினர். தேனீயின் சீற்றம் அடங்கிய பின் மருத்துவர்களைத் தேடிப் போனார்கள். பாதிக்கப்பட்டோர் இவரது குடும்பத்தாரிடம் சண்டைக்கு வந்துவிட்டனர். அவர்களை சமாதானம் செய்யப் பெரும்பாடாகி விட்டது. கடைசியில் மரத்தை வெட்ட வேண்டும். இல்லையெனில் தேன்கூட்டையாவது அகற்ற வேண்டும் என்ற நிபந்தனை இட்டு கலைந்தார்கள். சைக்கிள்டயரில் தீக்கொளுத்தியதால் தெருவெல்லாம் ரப்பர் புகை நாறி வாந்தி எடுத்தவர் குறித்து யாருக்கும் வருத்தம் இல்லை. அதுபற்றி பேசக்கூட இல்லையே என்ற ஆதங்கம் இவருக்கு. அந்த வருஷம் தேனீக்கு பயந்து வாசலில் பொங்கல் இடாமல் வீட்டுக்குள் அடுப்படி பொங்கல் இட்டார்கள். பொங்கல் திருநாளின் ரம்மியம் குறைந்து தோன்றியது. இதைத்தான் இவரது மனைவி நினைவூட்டுகிறாள்.

தாத்தா வைத்த மரத்தை வெட்டுவது சரியில்லை! எலிக்கு பயந்து வீட்டை இடிக்கக் கூடாது. தேன் கூட்டை அகற்ற ஆள் தேட முடிவெடுத்தார். அவரது நினைவில் தேனெடுத்து விற்பவர்கள் எங்கெங்கு இருப்பார்கள் என்று தேடினார். புலப்படவில்லை. காலையில் எழுந்ததும் காய்கனிச் சந்தை, பேருந்து நிலையம் ரயில்நிலையம் ஆகிய இடங்களில் தேனெடுப்பவர்கள் தென்படுகிறார்களா என்று தேடினார். முன்பு தெருத் தெருவாய் ஊக்கு, ஊசி, பாசி மணிமாலை விற்றுத் திரிவார்கள். இப்போது அவர்களைக் காண முடிவதில்லை..

இப்போது முக்குக்கு முக்கு ஃபேன்சிக் கடைகள் முளைத்து வண்ண விளக்குகளில் கண்சிமிட்டுவதால் நரிக்குறவர்கள் பிழைப்பு போனது. அவர்கள் எங்கும் தென்படுவதில்லை. கடைசியில் கோயில்வாசலில் ஒருவர் நரிக்குறவர் போல் தென்பட்டார். அவரிடம் விவரம் சொல்லி விசாரித்தார். அவர்கள் கிராமங்களுக்கு போய்விட்டார்கள். இரவு தூங்கப் போகும் போது பார்ப்பேன். விவரம் சொல்லி கூட்டி வருகிறேன். எனக்கு ஏதாவது காசு கொடுங்கள் என்றவரிடம் பத்துரூபாய் கொடுத்து தெரு அடையாளம் சொல்லித் திரும்பினார்.

மறுநாள் காலை தேனெடுக்கும் சிறுகோடாரி, சுரைக் குடுக்கைகள், மரமேறித் தேனடை இறக்கத் தோதான கயிற்றுச்சுருளோடு இருவர் வந்தனர். நாய்கள் குரைப்பு சத்தம் கேட்டு இவர் வெளியே வந்து பார்த்தார். அவர்கள் இருவரும் அண்ணாந்து தேன்கூட்டைப் பார்த்தனர். காலை வெயிலில் மினுக்கும் தேனடைகளை ஊடுருவி நோட்ட மிட்டனர். அவர்களது கண்கள் மட்டுமே மரமேறி கிளைக்கு கிளை தாவி தேனடையை எட்டும் வாகு பார்த்தன. அவர்கள் பிடறியை அழுத்தி தடவியபடி, "உச்சாணிக் கொம்பில் இருக்கு சாமி. ஏறித் தேனெடுக்கிறது கஷ்டம். இருந்தாலும் முயற்சி பண்ணிப் பார்க்கிறோம் சாமி.. பௌர்ணமி நெருங்கிருச்சு. தேன் கொஞ்சம்தான் இருக்கும்! வெயிலுக்கு தேனடைகள் பல்லிளிக்கிறது பாருங்க சாமி. உயிரைப் பத்திக் கவலைப்படாம ஏறி தேனெடுத்து தர்றோம். எவ்வளவு பணம் தருவீங்க சாமி"ன்னு முதியவர் கேட்டார்.

இதைக் கேட்டுக்கொண்டிருந்த இவரது மனைவி, "பணமா? எங்கமரத்து தேனெடுக்கிறதுக்கு நாங்க எதுக்கு பணம் தரணும்? எடுக்கிற தேன்ல பாதி தர்றோமுல்ல. அந்தத் தேன்லாடுளை நீங்களே எடுத்து வித்துக்குங்க..." அவர்களது முகங்கள் கருத்து சிறுத்தன. மனைவியின் குறுக்கீடால் தேன்கூட்டை அப்புறப்படுத்துவது கெட்டுப்போகுமோ என்று பதறியவர், "நீங்க முதல்ல தேனெடுங்க. வேலை முடிஞ்சதும் பாதிப்பில்லாமப் பார்த்து தர்றேன்..."

"முந்நூறோ, நானூறோ பேசி முடிவு பண்ணினதுக்கு பிறகு தான் மரமேறுவோம்!" என்றார் வயதில் மூத்தகுறவர். இதற்கிடையில் தெருநாய்கள் விடாது குரைக்கும் சத்தம் கேட்டு அக்கம்பக்க வீட்டுக்காரர்கள் கூடிவிட்டனர்.

கூட்டம் கூடிவிட்டது, இனி கூலி பற்றி விவாதிப்பது நன்றாக இருக்காது என்று நினைத்து, பிற பெண்களுடன் மனைவி

பெருமையாகப் பேசிக்கொண்டிருந்த தருணத்தில் இவர் மூன்று விரலைக் காட்டினார். கட்டாதக் கூலி என்று முனங்கியபடி வேட்டியை பெருங்கோவணம் போல் கட்டிக் கொண்டு இளையவர் மரம் ஏறத் தயாரானார்.

தேனெடுக்கப் போகிறார்கள் என்று கேள்விப்பட்டு தெரு ஜனங்கள் குழுக் குழுவாய் குழுமினர். அவர்களுக்கு ஞாயிற்றுக்கிழமை பொழுதுபோக்க நல்ல சாகசமான விஷயம் கிடைத்து விட்டது. கூட்டத்தைப் பார்த்ததும் நாய்கள் குரைப்பை நிறுத்தின. ஐந்தாறு பெண்கள் ஆண்களுடன் தீவிரமாய் விவாதிப்பது போல் தென்பட்டனர். இளையவர் மரத்தருகே சென்று குனிந்து பூமியைத் தொட்டு வணங்கினார். பின் மரத்தின் அடிப்பாகத்தையும் தொட்டு கும்பிட்டு விட்டு வாகாக கால்களை வைத்து ஏறப்போனார்.

ஒருபெண்மணி வேகமாக ஓடிப்போய், "நில்லுங்க. ஏறாதீங்க..." என்று தடுத்தாள். இளையவருக்கு முகம் சிவந்தது. பெரியவர் போய் இளையவர் தோளைத் தொட்டார். அந்த பெண்மணி தொடர்ந்து பேசினாள். "இந்தமரத்தில் தேன்கூடு இருக்கிறதால தான் தேனீக்கள் எங்கவீட்டுத் தோட்டங்களில் வலசை வருதுக. எங்க தோட்டங்களில் நிறைய பூக்குது, காய்க்குது. யாரோ புரியாமல் சொல்றாங்கன்னு தேன்கூடை அப்புறப்படுத்த வேண்டாம். போகிக்கு இந்தத் தெருவில் யாரும் டயரை எரித்து புகைமூட்டம் போடாமல் நம்ம தெருக்காரங்களே கட்டுப்படுத்திக்கலாம்" என்றாள். யாரும் எதிர்ப்பேச்சு பேசவில்லை. வேடிக்கை பார்க்க வந்தவர்கள் கலைந்தனர்.

இவருக்கு ஆறுதலாக இருந்தது. தேனெடுக்க வந்தவர்களைப் பார்த்தார். அவர்களது முகம் வெளுத்திருந்தது. இன்றைய வருத்துப்பாடு போச்சே என்ற கவலை. இவர் மெல்ல இருவரையும் தெருமுனை டீக்கடைக்கு அழைத்துச் சென்று வடையும் டீயும் வாங்கிக் கொடுத்தார். அவர்களது கைகளில் ஆளுக்கு நூறுரூபாய் கொடுத்து, "போயிட்டுவாங்க. தேவைப்பட்டால் சொல்லி அனுப்புறேன்" என்றார்.

"வேலை பார்க்காமல் கூலி எப்படி வாங்குரது..." என்று ரெண்டுபேரும் ஒரே குரலில் இவரிடம் பணத்தைத் திருப்பிக் கொடுக்க முயன்றனர்... இவர் கையை உதறி வீடு நோக்கி நடந்தார்.

ஜூன் 2021 - திண்ணை காம்

10

பாடறிந்து ஒழுகு...

அந்த கிராமத்து பள்ளியில் பத்து ஆசிரியர்கள் பணியாற்றுகிறார்கள். கொரோனா முடக்கம் முற்றாகத் தளர்த்தப்படவில்லை. பள்ளி இயங்க மூன்று நாள்களுக்கு ஐந்து ஆசிரியர்கள் வீதம் முறையமைத்து பள்ளிக்கு வந்து கல்வித்துறை அவ்வப்போது இடும் கட்டளைகளை செயல்படுத்தி வருகிறார்கள்.

"வாங்க, உக்காருங்க டீச்சர். நீங்க அஞ்சுபேரும் புலன [வாட்ஸ்அப்] வகுப்புகளில் உங்கள் வகுப்பு மாணவ, மாணவியர் பங்கேற்பு, பாடங்களை வாசித்து, கேட்கப்பட்ட கேள்விகளுக்கு பதிலிட்டவர்கள் பட்டியல், பங்கேற்பின் தரம் போன்ற விவர அறிக்கைகளை தயாரிச்சு கொண்டுவரச் சொல்லியிருந்தேனே, தயாரா? தலைமை ஆசிரியை வாணி கேட்டார். ஆசிரியைகள் ஐவரும் அவரவர் வகுப்பறிக்கையை தந்தனர்.

தலைமையாசிரியை அந்த அறிக்கைகளை பருந்து பார்வையில் சோதித்தார். எதையோ இழந்ததுபோல் முகம் வாடியது. குரலில் சுருதி குறைந்தது. "என்னங்கப்பா நம்ம முயற்சியில் பத்துசத மாணவ மாணவிகள் பங்கேற்பும், பதிலளிப்பும்கூட இல்லையே; இப்படியிருந்தால் இந்த கிராமத்துப் பள்ளியில் வந்து கஷ்டப்படுறதில் அர்த்தம் இல்லை. இந்த நிலை தொடர்ந்தால் இடைநிற்றல் அதிகமாகி இந்தப் பள்ளி இயங்குறதை தக்கவைக்கவே பெரும்பாடாகிரும். நம் நிலைமையும் பெருந்திண்டாட்டமாயிரும். இதைத் தடுக்க உங்களுக்கு ஏதாவது யோசனை தோன்றினா சொல்லுங்க, பிளீஸ்..."

ஆசிரியைகளிடம் கனத்த மௌனம். தலைமை ஆசிரியை வாணியின் பார்வை ஒவ்வொரு ஆசிரியையின் முகத்தையும் ஊடுருவியது. இந்த கொரோனா முடக்கம் முழுவதும் நீங்காத நிலையில் நாம் என்ன முயற்சி செய்யமுடியும் என்ற எண்ணம் பணிப்பாறையாய் அவர்களது சிந்தனையை அழுத்தி இருந்தது. தலைமையாசிரியின் பார்வை மீண்டும் அவர்களது கண்களை வருடியது.

மூத்த ஆசிரியை ஜெயராணி, "பொதுவாக நம் பள்ளிக்கு வரும் பிள்ளைகளின் பெற்றோர் பெரும்பாலோனோர் ஆன்ட்ராய்டுபோன் வாங்க இயலாத அன்றாடக் கூலிகள். சில பிள்ளைகளே போன் வைத்திருக்கிறார்கள். என் வகுப்பில் நன்றாக படிக்கிற மாணவியரில் இதற்கு முந்தி பங்கேற்றவர் சிலர்கூட நேற்றைய புலனவழி பாடக்குறிப்புகளுக்கு பதில் அளிக்கவில்லை. எப்போதும் அக்கறையில்லாதவர்கள் ஒருபுறம் இருந்தாலும், ஒரளவு அக்கறையுடன் படிக்கும் மாணவர்கள் கூட பங்கேற்பு குறைந்து வருகிறது. நம்ம பள்ளிக்கு சுற்றியுள்ள ஐந்து கிராமங்களில் இருந்து பிள்ளைகள் படிக்க வருகிறார்கள். ஒருநாளைக்கு ஒரு ஊர் தெரிவு செய்து அந்த பிள்ளைகளையும், பெற்றோரையும் சந்தித்து அவர்களது சிரமங்கள், சிக்கல் என்னவென்று அறிந்து, கல்வி தொடர்பாக நாம் என்ன செய்ய முடியுமோ அதைச் செய்து அந்தப் பிள்ளைகளை மீண்டும் படிக்கத் தூண்டலாம். என் வகுப்பில் பிரியா என்கிறவள் நல்லூரிலிருந்து வர்றா நல்லா படிக்கிறவ. ஆர்வமா கேள்வி கேட்பா, சொல்றதை அப்படியே உள்வாங்கிக்குவா; ஆரம்பத்தில் புலன வகுப்பில் ஆர்வமா கலந்துகிட்டா. இப்போ அவகிட்ட எந்த பங்கேற்பும் எதிர்வினையும் இல்லை. முதல் கட்டமா அவளிடமிருந்து கூட தொடங்கலாம். இப்போ வந்திருக்கிற எங்க அஞ்சுபேர் வகுப்புகளில் நல்லூரில் இருந்து படிக்கிற பிள்ளைகள் பட்டியல் எடுத்துகிட்டு அந்தப் பிள்ளைகள் எல்லாரையும் சந்திச்சுப் பேசி தூண்டிவிடலாம்."

"நன்றி டீச்சர். உங்க அனுபவமும் அக்கறையும் எனக்கு ரொம்ப சந்தோஷமா, உந்துதலா இருக்கு. ஏப்பா, நம்ம ஜெயராணி டீச்சர் சொல்றதைப் பத்தி உங்க நாலுபேரு கருத்து என்னனு சொல்லுங்க. வேற யோசனை எதுவும் இருந்தாலும் சொல்லுங்கப்பா." தலைமையாசிரியை மற்றவர்கள் முகங்களைப் பார்த்தார். ஜெயராணி டீச்சர் சொல்றமாதிரி முதலில் முயற்சி பண்ணிப் பார்க்கலாம் என்று நால்வரும் சொன்னார்கள்.

"ரொம்ப சந்தோஷம். இப்ப மணி பத்து தானே ஆகுது. இப்பவே கூட கிளம்பலாமே. இங்கிருந்து ரெண்டுகிலோ மீட்டர் தூரத்தில் தானே நல்லூரு இருக்கு. நம்ம வாடகை வேனிலேயே போயிட்டு வாங்க..."

இளைய ஆசிரியை செல்வராணி, "மேடம், நீங்களும் வந்தா பெற்றோர்கள் மகிழ்ச்சி அடைவார்கள்; பிள்ளைகளுக்கும் என்கரேஜிங்கா இருக்கும்." மற்றவர்களும் ஆமோதித்தனர்.

"உங்களுக்கு என்கரேஜிங்கா இருக்குமுன்னு சொல்ல வர்றீங்க. அப்படித்தானே?" என்று சிரித்தவர், பெருமூச்சுவிட்டவாறே, "உங்களை மாதிரி உதவி ஆசிரியராக இருக்கும்போது இருந்த சுதந்திரம் எச். எம் ஆனதும் பறிபோயிருச்சு. கல்வி அதிகாரிக கிட்ட இருந்து நித்தம் புது புது உத்தரவுகளா வருது. சொல்லித் தர்ற வேலையை நிர்வாக வேலை ஆக்கிரமிச்சுருச்சு.இந்த மாதிரி கிராமாந்திர பள்ளிகளிள்ள கிராமத்து உள்ளரசியலையும் சமாளிச்சு வேலைபார்க்கிறது கம்பிமேல நடக்கிறது மாதிரி. நீங்களே அன்றாடம் பார்க்கிறீங்கல்ல. உங்களோட வேனில் வரும்போதும் போகும் போதும் பேசி சிரிக்கிற சந்தோசம், எச்.எம். சீட்டைப் பார்த்ததும் பறந்துருது. எந்த நேரம் மேலதிகாரிக யாருகிட்ட இருந்து போன் வரும், என்ன கேப்பாங்களொன்னு திக்கு திக்குன்னு இருக்க வேண்டியதிருக்கு. நீங்க போயிட்டு வாங்கப்பா. சீனியர் எ.எச்.எம் ஜெயராணி இருக்காங்க. அவுங்க எதையும் சாமர்த்தியமா பேசி சமாளிச்சுருவாங்க. போயிட்டு வாங்க. பெஸ்ட் ஆப் லக். போகும்போது சாப்பாடை எடுத்துட்டுப் போங்க. அங்கேயே நல்ல இடமா பார்த்து சாப்பிட்டுருங்க."

நல்லூரில் ஆசிரியர்கள் பிரியாவின் வீட்டைத் தேடும்போது விளையாடிக் கொண்டிருந்த மாணவர்கள் பயபக்தியோடு வணக்கம் சொன்னார்கள். பிரியாவிற்கு பேய் பிடித்ததாகச் சொன்னார்கள். அதிர்ச்சியாக இருந்தது. ஆசிரியர்களைக் கண்டதும் வாசலில் நைந்து முகம்வீங்கி மெலிந்த தேகத்தில் இருந்த பிரியாவின் அம்மா பெருங்குரல் எழுப்பி அழுதாள். இவர்கள் ஆதரவாக அம்மாவின் தோளைத் தொட்டு ஆறுதலாக விசாரித்தனர். "மக எந்நேரமும் நிலைகுத்திய கண்ணோடு இருக்கா; எதும் தின்பதில்லை. யாரோடு பேசுறதுமில்லை. பேய் பிடிச்சவ மாதிரி இருக்கா. கந்துவட்டிக்கு எடுத்த பணத்தில் வாங்கிக் குடுத்த புது செல்போனைத் தூக்கி எறிஞ்சு உடைச்சுப் போட்டா; மந்திரிச்சுப் பார்த்தோம், தெளியலை. பேய் ஓட்டற சாமியாடிகிட்ட கூட்டிப் போனோம். எப்படி கேட்டாலும், அடிச்சாலும் பதிலில்லை. உண்ணாம உறங்காம வாடின செடியாட்டம் அரை உசிரா படுத்துக் கிடக்கா; வந்து பாருங்க; எம்பிள்ளையை எப்படியாவது காப்பாத்துங்க டீச்சர்." அழுதபடி மகளிடம் அழைத்துச் சென்றாள்.

"டேய், பிரியா கண்ணைத் திறந்து பாருடா... ஜெயராணி டீச்சர் வந்துருக்கேன்டா" என்றபடி உடலைத் தொட்டார். குப்புறப் படுத்திருந்தவள் சிலிர்த்து எழுந்து அழுதபடி, "டீச்சர், நான்

பழையபடி ஸ்கூலுக்கு வருவனா; பஸ்ட் மார்க் எடுப்பனா டீச்சர்; இங்க பாருங்க டீச்சர் நீங்க என்னை அடிக்கமாட்டீங்க இல்ல. இவுங்க எனக்கு பேய் பிடுச்சிருச்சுன்னு அடிச்சு உடம்பெல்லாம் புண்ணாயிருச்சு டீச்சர். வாட்ஸ்அப் நெட் கிடைக்கலைன்னு செல்லை எறிஞ்சிட்டேன் டீச்சர். என்னை ஸ்கூலுக்கே கூட்டிட்டுப் போய் சொல்லித் தாங்க டீச்சர்." வாட்ஸ் அப்கிளாஸ் வேணாம் டீச்சர். என்று ஜெயராணி டீச்சரைக் கட்டிப்பிடித்து அழுதாள். ஆசிரியைகளின் கண்கள் கசிந்தன.

"ஏம்மா, வாட்ஸ் அப் நெட் கிடைக்கிலைன்னு ஆத்தமாட்டாம செல்போனை எறிஞ்சவளை, பேய் பிடுச்சுருச்சுன்னு இப்படி அடிச்சு துவச்சுட்டீங்களே. நீ பெத்த தாயாம்மா? முதுகெல்லாம் வார் வாரா ரத்தம் கசிஞ்சிருக்கு. தேங்காய் எண்ணெய்யைத் தடவுங்கம்மா... நாங்க இந்தப் பிள்ளையைக் கூட்டிட்டுப்போய் பார்த்துக்குறோம்." ஜெயராணி பொங்கினார்.

அக்டோபர்- 2021 - புதிய ஆசிரியன்

❏

11
பருவம் தவறிய மழை!

இரவின் திரை விரிந்ததும் அவரது மனதில் நீறு பூத்துக் கிடந்த காமம் புகைந்து புகைந்து கங்கு ஒளிர்ந்து எரியத் தொடங்கி விடுகிறது. இரவுநேரமும் தனிமையும் வாய்க்கும் போதெல்லாம் நீலமாய், சிகப்பாய் ஜுவாலைவிட்டு குதித்து ஆடுகிறது.

மனைவி இருந்தபோது கூட இப்படி உணர்வு அலைக்கழித்த தில்லை. உடல்கனத்து, சக்கரையும், இரத்தக் கொதிப்புமாய் ஆற்றாமையில் முணங்கித் திரிந்தவளைப் பார்த்து பரிதாபமே சுரந்தது. அவள் இறந்து இரண்டு வருடம்வரை கூட காமம் தலைத் தூக்கவில்லை. அவ்வப்போது அவளுடன் பகிர்ந்த இரவுகள் நினைவில் மேகமாய் நினைவுகளைத் துாறிச் சிலிர்க்கச் செய்யும். ஏக்க வெப்பத்தைக் கிளப்பும்.

ஆனால் பருவம் தவறிய மழையாகப் பெய்ந்து புரட்டிப் போட்டதில்லை. மனைவி இருக்கும்போது வீட்டுவேலைகளில் உதவிய உறவுக்காரப் பெண்தான் இப்போதும் வீட்டுவேலைகளைச் செய்கிறாள். அப்போது வாழாவெட்டியான அவள்மீது அனுதாபம் மட்டுமே தோன்றியது. இப்போது அவளது வேலைகளில் செய்நேர்த்தியை ரசிக்க, உணவை ருசிக்கத் தொடங்கிய மனது, அவளையே ருசிக்கத் துடிக்குது. அவள் பாராத தருணத்தில் அவளது வனப்பை பார்வை மேய அலைகிறது. விகற்பமில்லாமல் நடந்துகொள்ளும் அவள் பார்த்து விட்டால் என்ன நினைப்பாளோ என்று அச்சமும் நடுக்குகிறது.

"அவளைத் தொட்டுட்டு விட்டுவிடவா போகிறேன்? வாழாவெட்டியாக இருக்கும் அவளுக்கு நான் இருக்கும்வரை வாழ்வு கொடுக்கப் போகிறேன். ஏன், என் ஆயுளுக்கும் பிறகும் கூட குடும்ப ஓய்வூதியம் கிடைக்க ஏற்பாடு செய்துவிடலாமே.."

ச்சே.. என்ன யோசனை? கல்யாணவயசில் ஒருமகள் இருக்கிறாள்; ஒரு மகன் இருக்கிறான். அவர்கள் நம்மை என்ன சொல்லுவார்கள்... அக்கம் பக்கம், சொந்தம், சுருத்துகள் நம்மைப் பார்த்து சிரிக்க மாட்டார்களா...?

ஒருக்கால், மகனும், மகளும் இங்கேயே வீட்டில் இருந்திருந்தால் இந்த சிந்தனையோ, ஆசையோ தோன்றி இருக்காதோ.... மகன் வெளிநாட்டில் வேலை பார்க்கிறான்; மகள் சென்னையில் விடுதியில் தங்கி வங்கியில் வேலை செய்கிறாள். பதினைந்து நாளைக்கு ஒருமுறை வந்து பார்த்து போவாள். அவளுக்கு நெட்டிலே மாப்பிள்ளை பார்த்தாகி விட்டது. தை பிறந்ததும் பெண்ணும், மாப்பிளையும் ஒருமுறை பார்த்து பேசி, சம்மதம் தெரிவித்ததும் கொரோனா தளர்வாக இருக்கும் போதே ஒரே மாதத்தில் கல்யாணத்தை முடித்துவிடலாம்.

மகளுக்கு அம்மாவின் நகைகளோடு, கல்யாணத்திற்காக வாங்கிச் சேர்த்த நகைகளும் இருக்கின்றன. சேமிப்பை வைத்தே நல்லபடியாய் கல்யாணத்தையும் செய்திடலாம். அப்புறம், மகனுக்கும் அந்த ஜோரிலே ஒரு நல்ல குடும்பத்துப் பெண்ணாய் பார்த்து முடித்து விடலாம். இந்த ரெண்டு காரியங்களும் நிறைவேறிய பின், என் தனிமை வாழ்வை எப்படிக் கடத்துவது...?

ஒரு காய்ச்சல், தலைவலி, மூட்டுவலி, முடக்கும் வலின்னு வந்தா ஒரு சுடுதண்ணி வைத்துத் தரவோ, மருந்து மாத்திரை தரவோ ஒத்தாசைக்கு ஒரு ஆள் வேணாமா... ஏளனமா சிரிக்கும் ஊரார் இதையும் நினைச்சுப் பார்க்கணுமில்லையா...

நான் உடல்பசிக்கு மட்டுமா அவளைத் தொட ஆசைப்படுகிறேன். ஓய்ந்த காலத்தில் வாழ்க்கையை கடக்கத்தானே அவளது துணையைத் தேடறேன். இது தப்பா... தளர்ந்த காலத்தில் ஒரு ஊன்றுகோல் வேணுமில்லையா...அவளுக்கு நாப்பது, எனக்கு ஐம்பத்தாறு; இருவரும் பாதி வாழ்க்கை கடந்தநிலையில் ஒரு புரிதலிருக்கும் என்ற எண்ணம் தானே தவிர வேறென்ன...'

உரத்து சிரிப்பதுபோல் சத்தம்! படுக்கையிலிருந்து எழுந்துபோய் ஜன்னலைத் திறந்து பார்த்தார். சாரல்மழை முகத்தில் துப்பியது. நொடிப்பொழுதில் முகம், கழுத்து, நெஞ்சு எல்லாம் நீர்த்தாரை நீண்டு வழிந்து உடலை நடுக்கியது. மார்கழியில் பருவம் தப்பிய மழையின் தாக்குதல். ஜன்னலை இறுக்கி சாத்தினார். குளிர்காற்று மனதுக்குள் எரிந்த காமத்தை ஊதிப் பெருக்கியது.

உடலெங்கும் பரவித் தகிக்கிறதே.... மின்னட்டாம்பூசி என்று நெஞ்சுக்கூட்டுக்குள் நெருப்புக்கங்கை வைக்க, அது வாடைக்காற்றில் கன்று, கன்று மரத்தையே எரிப்பதுபோல் அவள் மீதான சிறு ஈர்ப்பு தேகத்தையே எரிக்கிறதே... கரைக்குள் ஒடுங்கி ஓடும்

நதியாய் இருக்கும் அவள்மீது என்பாய்ச்சல் கரை ஒழுங்கை உடைத்து விடுமோ... என்னையும் மூழ்கடித்து விடுமோ... ஊர் சிரிக்குமோ...

சரி, நான் செத்து மனைவி இருந்திருந்தால் அவளையும் இந்தக் காமம் சுட்டெரித்திருக்குமோ...இல்லை! அப்படி நடக்காது; அவள் தன் சூழலை உணர்ந்து மனதைத் திருப்பி சமையல்கட்டிலோ, பேரப் பிள்ளைகளைப் பேணுவதிலோ கவனத்தைச் செலுத்தி பிள்ளைகளுக்கு உதவுவாள். எனக்கு சமைக்கவோ, பிள்ளைகளைப் பேணவோ தெரியாமலே அம்மாவும் மனைவியும் என்னை உருவாக்கி விட்டார்களே....என்னைப் பராமரிக்கக்கூட பெண் தயவைத் தேடவேண்டியதாகி விட்டதே... இனியாவது தனித்து நிற்கப் பழக வேண்டும்.

புரண்டு புரண்டு படுத்தார். தேகமெல்லாம் உலர்ந்து தாகம் எடுத்தது. எழுந்து சூடதங்கு குடுவையிலிருந்து இளஞ்சுடுநீரைப் பருகினார். நாவுக்கும் தொண்டைக்கும் இதமாக இருந்தது. படுத்து கண்களை மூடினார். மனசு மூடவில்லையே.. பசியை, தாகத்தை தண்ணீர் அடக்கலாம். தாபத்தை அணைக்குமோ...

மனக்குதிரை கனைத்து சிலிர்த்தது. மனதிலிருந்து ஊற்றெடுக்கும் பிரவாகத்தை மடைமாற்ற அவருக்கு பிடித்த பாடல்களை மனசுக்குள் பாடினார். அவையும் காதலைக் கடைந்து காமத் தீயையே மூட்டியது. எதாவது வாசிக்கலாம் என்றால் விழிகளைத் திறக்க இயலவில்லை. கண்களுக்குள் மணல்துகளைக் கொட்டியது போல் நெறுநெறுத்தது; தான் படித்த கதைகளை நினைவுகூர்ந்து புரண்டு கொண்டிருந்தார்.

அழைப்புமணி விட்டுவிட்டு கூவிக்கொண்டே இருந்தது. சிரமப்பட்டு இமைகளைத் திறந்தார்; ஜன்னல்கள் வழி விடியல் வெளிச்சம் முகத்தில் அறைந்தது. அவள் வேலைக்கு வந்து விட்டாளோ...ஆடைகளை சரிசெய்துகொண்டு கதவைத் திறக்க நகர்ந்தார்.

மேனி தெரியாத சுடிதார் அணிந்து அவள் நின்றிருந்தாள்.

12

பரிணாமம்

காலை நடைப்பயிற்சியின் போது கைப்பேசி அதிர்ந்தது. பார்த்தேன்; சந்திரன் என்ற பெயர் சிமிட்டியது. நடக்கும்போது முகக்கவசத்தோடு பேசமுடியாது. ஐந்தாவது சுற்று முடிந்து சற்று காலாறும்போது உட்கார்ந்து பேசலாமே என்று தொடர்பைத் துண்டித்தேன். சிந்தனை துண்டிக்கப்படவில்லை. "சந்திரன் எதுக்காக இந்நேரம் பேசுகிறான்" எதுவும் புதுகுண்டு போடப் போகிறானோ... சேச்சே இப்பவெல்லாம் அவன் அப்படி ஆளில்லை என்றாலும் அவனை நினைக்கையில் அந்த நிகழ்வை மறக்க முடியவில்லை..

எனக்குப் பின்னால் நடந்துவரும் மனைவி, "கால் வலிக்குதுங்க கொஞ்சநேரம் உட்கார்ந்துட்டு வர்றேன் "என்கவும் இருவரும் கொஞ்சநேரம் காலாறலாம் என்று வேப்பமரத்தின் கீழே கல்பெஞ்சில் உட்கார்ந்தோம். கைப்பேசியை இயக்கினேன்." அது யாருங்க; ரொம்பநேரம் செல் அடிச்சிகிட்டே இருந்தது?"

"சந்திரன்னு என்கூட ஆறாவதிலிருந்து படிச்சவன்; எதுக்கு கூப்பிட்டானு இனிதான் கேட்கணும்."

"ஐம்பது வருச பழக்கமா இருக்கிறவரு நம்வீட்டு விசேஷங்கள் எதுக்கும் வந்தமாதிரி ஞாபகம் இல்லையே... அப்படியாப்பட்டவரு கிட்ட என்ன அவ்வளவு சிநேகம்?"

"அவன் மறக்கமுடியாத ஆளு அவனைப்பத்திச் சொல்றேன் கேளு."

★★★

காலை இறைவணக்கம் முடிந்து வகுப்புக்குள் போகையில் சந்திரன் என்னருகில் வந்து, "டேய் பக்கத்தில் வா. ஒரு சுவீட்நியூஸ். யார்கிட்டயும் சொல்லிறாதே.. நம்ம பிரம்படி கந்தசாமி இனிமே வரமாட்டார். அவுரு திருச்சியில் பஸ்ஸில் இறங்குறப்ப கீழே விழுந்து செத்துட்டாராம். பிரம்பால நம்மளை அடிச்ச அவரது சொத்தாங்கை பஸ் சக்கரத்தில சிக்கி நைஞ்சு போச்சாம். இன்னிக்கி பேப்பர்ல போட்டிருக்குடா. அவருடம்பை திருச்சி பெரியாஸ்பத்திரியில் வச்சுருக்காங்கலாம். அதான் இன்னைக்கு அவர் பிரேயருக்கு வரலை பாத்தியா..."

"டேய், சும்மா டூப்பு விடாதடா. அப்படின்னா பிரேயரில சொல்லி மௌனமா ரெண்டு நிமிசம் நிற்கவச்சு, இன்னைக்கு லீவு விட்டுருப்பாங்கள்ள...."

"டேய், இது நேத்து சாயந்திரம் திருச்சியில நடந்ததுன்னு பேப்பரில் வந்திருக்குடா. ப்ராமிசாடா. நான் காலையில கன்னித்தீவு பார்க்கும்போது படிச்சேன்டா. அவருபேரு கந்தசாமின்னு போட்டுருந்ததுடா.. நான் சொல்றது பொய்யின்னா.. இன்னைக்கு பிரம்பு பிரேயருக்கு வந்திருக்கணுமில்ல...? அவுங்க வீட்டில இருந்து லேட்டாகூட எச்செம்முக்கு சொல்லலாமில்ல. எப்படியும் இன்னைக்கு தெரியாட்டி திங்கக்கிழமையாவது தெரிஞ்சுரும் பாரு.. அன்னைக்கு நமக்கு லீவுதான்; ஜாலிதான்' இனி பிரம்படி நமக்கு இல்லை.." என்று குதித்தபடி தேவதாஸ் சொன்னதை பார்த்து மற்ற பசங்கல்லாம் என்னான்னு கேட்க, ரகசியம்டா யாருக்கும் சொல்லக் கூடாதுன்னு என்கிட்டே சொன்னதையே அவர்களிடமும் சொன்னான். கீழே சிந்துன மண்ணெண்ணெய் மாதிரி இந்த ரகசியம் வகுப்பு முழுவதும் பரவியிருச்சு.

கந்தசாமி வாத்தியார் எங்க கிளாஸ் டீச்சர். எங்களுக்கு கணக்கு, சயின்ஸ், இங்கிலீஸ் எடுப்பாரு. அவரு சொன்னமாதிரி வீட்டுப்பாடம் எழுதிட்டு வரலைன்னாவோ, படிக்கலைன்னாவோ, கையை நீட்டச் சொல்லுவார். சோத்தாங்கையை விறைப்பா நீட்டணும்; பிரம்பால் அடிக்கும் போது, உள்ளங்கை விரல்களைச் சுருக்குனாவோ, மடிச்சாவோ பிரம்படி உள்ளங்கையிலும் விழும்; புறங்கையிலும் விழும்; விரல்மணிக்கட்டில் விழும் அடி சாக்கடிச்சு கரண்டு பாய்ந்தது மாதிரி உடம்பெல்லாம் பதறி நடுக்கும். அடிக்கப் போறாருன்னு நீட்டின கையை உள்பக்கமாக இழுத்துக் கிட்டா அடி தொடையிலிருந்து முழங்கால் முட்டிவரை நெருப்பால் சிகப்புக்கோடு போட்டதுபோல் பதிந்து எரியும்.

சோத்தாங்கைக்குப் பதிலா பீச்சாங்கையை நீட்டினால் இந்தக் கையிலா சாப்பிடுவே என்று சொல்லி ரெண்டுகையிலும் பிரம்பு தீப்பற்றும். இப்படிக் கொடுமைக்கார வாத்தியார் செத்தாருன்னா சந்தோஷம்ன்னு வகுப்பில ஒவ்வொரு மனசும் நினைச்சது!

அன்னைக்கு கந்தசாமிசார் வகுப்புகளில் வேறுவேறு வாத்தியாருக வந்து கதைகளைச் சொல்லிட்டுப் போனாக. எந்த வாத்தியாரும் கந்தசாமி சார் பற்றி ஏதும் சொல்லவுமில்லை. எங்களுக்கு ஆர்வமிருந்தாலும் அவரைப் பற்றி கேட்க பயமாக இருந்தது. அவரு வரலைங்கிறது ஜாலியா இருந்தது. நம்மளா

கேட்டு ஏன் வம்புல மாட்டிக்கணும் என்று எல்லாரும் ஒரே நினைப்பா இருந்தாக; எல்லார் மனசுக்குள்ளும் வெளியே சொல்ல முடியாத பரவசம்! அன்னைக்கு வகுப்பு ஒவ்வொன்னும் றெக்கை முளைச்சுப் பறந்தது.

வீட்டுப்பாடம் இல்லாத சனி, ஞாயிறு கொண்டாட்டமா பறந்தது. திங்கள்கிழமை பள்ளிக்குள் நுழையும்போது பள்ளி தகவல் பலகையில் திருக்குறள் தவிர்த்து வேறு எந்தத் தகவலும் இல்லை. அன்று வானம் தூறிக்கொண்டே இருந்ததால் மைதானத்தில் யாரும் விளையாடவில்லை. பிரேயரும் இல்லை. எங்களுக்கு சந்திரன் மீது சந்தேகம் வரவே அவனைக் கேட்டோம்...

நீங்க நம்பமாட்டீகன்னு தெரியும்; நான் அந்த செய்திவந்த பேப்பரைக் கிழிச்சுக் கொண்டாந்திருக்கேன் என்று காண்பித்தான். அதில்- 'கந்தசாமி என்பவர் திருச்சி பஸ்நிலையத்தில் கரூர் பஸ்சிலிருந்து இறங்கும்போது கால் தவறி விழுந்தார்; பின்சக்கரம் ஏறியதில் வலதுகை நெஞ்சு எல்லாம் நைந்து போனது. சம்பவ இடத்திலேயே இறந்த அவரது உடலை திருச்சி பெரியாஸ்பத்திரிக்குக் கொண்டு செல்லப்பட்டது.' இதை வாசித்ததும் பலருக்கு சந்தோஷமாகவும், சிலருக்கு அழுகை வருவது போலவும் இருந்தது.

மணி அடித்ததும் எல்லாரது மனசும் திக் திக்குன்னு துடிப்பது போல் இருந்தது. அடுத்த நிமிஷத்தில் கந்தசாமி சார் வகுப்புக்குள் நுழைந்தார். எல்லோரும் வணக்கம் சார் சொல்லாமல் எழுந்து மௌனமாக நின்றார்கள்.

"என்னாங்கடா எதையோ கண்டு பயந்தமாதிரி நிற்கிறீங்க, என்ன விஷயம்?" "கந்தசாமி கேட்டார்; எல்லாரும் மூச்சை அடக்கி நின்றனர். சந்திரன் கண்களைப் பொத்தி குமுறி அழுதான்." "ஏன் அவன் அழுகிறான்" எல்லார் முகத்தையும் ஊடுருவிப் பார்த்தார். யாரும் பதில் சொல்லவில்லை. "சந்திரா இங்க வாடா. ஏன் அழுகிறே. என்ன நடந்தது? தப்பு ஏதும் பண்ணினியா?. இங்கே வா. சும்மா சொல்லு; நான்அடிக்கல. அவன் "சார், என்னை மன்னிச்சுருங்க சார்; இனிமே அப்படி சொல்லமாட்டேன் சார்; என்னை அடிக்காதீங்க சார்..." பெருங்குரலெடுத்து அழுதபடியே வந்தான். அவரருகில் நெருங்குகையில் முகத்தை மூடிய கைகளை எடுத்து வயிற்றைக் குன்னி கவட்டுக்குள் கைகளை வைத்துக் கொண்டு நெளிந்தான். அவனது செய்கை பிற மாணவர்களுக்கு சிரிப்பை மூட்டினாலும் யாரும் சிரிக்கல; உதட்டை இறுக்கி மூச்சுவிடாமல் இருந்தனர்.

கந்தசாமி, "டேய் மானிட்டர், இவனை ஒன்னுக்கு இருக்கவிட்டு கூட்டிட்டு வா..." ராஜமாணிக்கமும் சந்திரனும் வெளியே போனார்கள்.

"என்னடா நடந்தது. யாராவது சொல்லுங்க" எல்லாரும் மௌனம் காத்தார்கள். அந்தக் கூட்டுமௌன அழுத்தம் தாளாமல் அவர் வகுப்பு வாசலில் நின்று கவனித்தார்; வேப்பமரத்தில் ஒரு காக்கை பச்சோந்தியை விரட்டியது. அது இலைகளுக்குள் சென்று பச்சை நிறத்தில் மாறிக்கொண்டது. காகம் பச்சோந்தியைக் கண்டுபிடிக்க முடியாமல் பறந்தது. குருவிகளும், கிளிகளும், அணில்களும் ஏதேதோ பேசியதை முகம் விரிய நோக்கினார்.. மாணவர்கள் தங்களுக்குள் பார்த்துக் கொண்டனர். வெளியே போனவர்கள் வந்ததும் கந்தசாமி சேரில் அமர்ந்தார்.

"இங்க வாடா. எனக்கு எல்லாம் தெரியும். நீ என்னசெய்தேன்னு ஒளிக்காமச் சொல்லு..."

"சார் என்னை மன்னிச்சிருங்க சார். அடிக்காதீங்க சார்; இந்த பேப்பர்ல இருக்கிறதைப் பார்த்து நீங்க செத்துப் போயிட்டீங்கன்னு சொல்லிட்டேன் சார்" என்றபடி அந்தத் துண்டுத்தாளைத் தந்தான். அந்தத்தாளில் கந்தசாமிக்கு முன் 'பிரம்படி' என்றும், வலதுகை நைந்தது என்பதற்கு முன் "பிரம்பால் அடிச்ச' என்றும் பேனாவில் சந்திரன் எழுதியிருந்தான்.

அவர் அந்தத்தாளை இருமுறை வாசித்தார். அவனை ஊடுருவினார். அவன் உடல் நடுங்கித் தேம்பினான். அவரது முகம் சிவந்து பின் வெளிறியது. "அந்தப் பிரம்பை எடுத்து வாடா..." அவன் தயங்கித் தயங்கிப் போய் மூலையில் சாத்தியிருந்த பிரம்பை எடுத்து கை நடுங்கத் தந்தான்.

அவர் எழுந்து நின்று, "பக்கத்தில் வாடா" அவன் தயங்கினான். அவர் நகர்ந்து அவனை அணைத்து இருகைகளால் அந்த பிரம்பை ஒடித்து எறிந்தார். "டேய், நீ சந்திரன் இல்ல. சாமிநாதன்டா. அந்த கந்தசாமி செத்துட்டாண்டா! இது வேற கந்தசாமி; இனி யாரையும் அடிக்கமாட்டேன்" என்று சன்னதம் வந்தவர் போல் பேசினார். ஐந்து நிமிடம் வகுப்பு உறைந்திருந்தது.

"இனி யாரையும் அடிக்கமாட்டேன்; எழுதலை, படிக்கலைன்னா பத்து தடவை, முப்பது தடவைன்னு இம்போசிசன்தான். அதுக்கும் ஒழுங்குக்கு வராதவனுக அம்மா அப்பாவை அழைச்சிட்டு வந்து எட்மாஸ்டரைப் பார்க்கணும். அதுக்கும் ஒழுங்குக்கு வராதவனுக்கு

டிசியை கிழிச்சுக் குடுத்து வெளியே அனுப்பிருவோம். அப்புறம், இந்த ஜென்மத்தில பள்ளிக்கூடம் பக்கம் ஒதுங்க முடியாது.

டேய் ஒழுங்கா படிக்கப் பாருங்க. நான் இனி யாரையும் அடிக்க மாட்டேன். சரி, சயின்ஸ் புத்தகத்தை எடுங்க. இன்னிக்கு "உயிர்களின் தோற்றமும் வளர்ச்சியும்" பார்ப்போம்.

அனல்காற்றும், தென்றலும் மாறி மாறி அடித்ததில் உளைந்த மரங்கள் போல் இருந்த மாணவர்கள் புத்தகத்தை எடுக்கும் சத்தம் சருகுகள் உதிர்ந்தபின் ஏற்படும் தளிர்ப்பின் சிலிர்ப்புபோல் கேட்டது.

அன்னைக்கிருந்து கந்தசாமி சார் யாரையும் அடிப்பதில்லை, பார்வையாலே மிரட்டுவார். இம்போசிசன் குடுப்பார். அவரது அணுகுமுறையில் எல்லா பசங்களும் ஒழுங்குக்கு வந்தாங்க; ஒருத்தர்கூட பெயிலாவதில்லை! கந்தசாமி சார் உதவித் தலைமையாசிரியர் என்கிறதால எங்க 'ஆறு-எ வகுப்பு' நடைமுறை ஸ்கூல் முழுக்க நடைமுறைக்கு வந்தது. பசுபதீஸ்வரா முனிசிபல் ஸ்கூல் குப்பைதொட்டி ஸ்கூல்னனது மாறி திருச்சி மாவட்டதில பெஸ்ட் ஸ்கூலுன்னு பேரு வாங்க ஆரம்பிச்சது."

★ ★ ★ ★

"நல்ல பிரண்டுதான் போங்க! சரி, ஐம்பது வருசமா உங்களோடு சினேகமா இருக்காருன்னா... அவுரும் உங்களை மாதிரி ஊருக்கு மணக்குமாம் தாழம்பூங்கிற ரகம் தான் போல!"

"இரு. அவன் எதுக்கு கூப்பிட்டானு கேட்போம். ஹலோ, சந்திரா என்னப்பா காலங்காத்தாலே கூப்பிட்டீயே. என்ன விவரம்?"

எதிர்முனையில் தழுதழுத்த குரலில், "டேய், நம்ம கந்தசாமி சார் கொரோனாவில இறந்துட்டாரு; தாங்க முடியலைடா. அருமையான மனுசருடா. எங்க க்ளினிக்கிலதான் வச்சு ராஜவைத்தியம் பார்த்தோம்; காப்பாத்த முடியலடா எண்பத்தாறு வயசாச்சு; ட்ரீட்மென்ட்க்கு அவரு உடம்பு ஒத்துழைக்கலைடா நான் என்ன செய்வேன்..."

நானும் விசும்பினேன்; மனைவி ஆறுதலாகத் தோளைத் தொட்டார்.

[புக் டே. இன்]

13

பரிகாரம்

நிலவு ஒதுங்கிய நாள். கரும்போர்வையைக் கிழித்து நட்சத்திரங்கள் கண் சிமிட்டிக் கொண்டிருந்தன. அம்மைநோயால் பார்வை இழந்த பொன்னுதாய்க்கு இருட்டு ஒரு பொருட்டல்ல. கடந்த கால வெளிச்சங்களிலே அவளது உலாவல். தன்னைச் சுற்றி எழும் ஒலிகளைக் கொண்டு அது எது, யார், எவர் என்று அடையாளம் உணர்ந்து குரல் கொடுப்பாள். எதிர் குரலுக்கேற்ப அவளது அசைவு இருக்கும். ஜீரோ வாட்ஸ் குண்டுபல்பு மினுக்கும் தாழ்வாரத்தில் அவள் படுத்திருந்தாள். வீட்டின் உள்ளே கதவை மூடி பேத்தி வேலுமயில் படுத்திருந்தாள். அவரவர் நினைவுகளில் புரண்டபடிக் கிடந்தனர்.

சுவர்க்கோழிகள் ஓசையில் இரவு கால்பரப்பிக் கிடந்தது. மெதுமெதுவாய் பூனைமிதியில் ஓர் உருவம் அரவமில்லாமல் வெளிவாசல் கதவைத் திறந்தது. பொன்னுத்தாய்க்கு உடல் சிலிர்த்து உணர்வுகள் விழித்துக் கொண்டன. ஊன்றுகம்பை கையருகே இருப்பதை உறுதிப்படுத்திக்கொண்டு அசையாமல் படுத்திருந்தாள். காலடியோசையை உற்றுக் கேட்டாள். அது இன்னார் என்று ஊகித்தபின் அசையாமல் கிடந்தாள். அந்த உருவம் கிழவியின் அசைவின்மையை உணர்ந்து மெல்ல நகர்ந்து உள்கதவைத் திறந்தது.

பாத்திரம் உருளும் ஓசை. "ஐயோ, அம்மத்தா" என்ற அலறல். பொத்திய வாயிலிருந்து மீறும் ஒலிப்பிசிறல். "என்ன மயிலா, பூனையா... ஒரு கடுவன்பூனை இந்தப்பக்கம் அலையுது. உறியில உறையூத்தின பாலுக்கு வந்திருக்கும் போல. அதை அடிச்சிராம விரட்டி விடு. பசித்த சீவனுக்கு படாத இடத்தில அடிபட்டிருச்சினா அந்த பாவத்தை எங்கே போய்த் தீர்க்கிறது..." கிழவி முணங்கினாள். உள்ளே இருந்து மீறலும், கிசுகிசுத்தலுமே கேட்டு, அடங்கியது. கிழவிக்கும் உறக்கம் போனது.

சடங்கான மகள் பார்வையிழந்த அம்மாவுக்கு துணையா இருக்கட்டும்; சமஞ்சபிள்ளை மலைக்காட்டில் இருந்தா உள்நாட்டில் மாப்பிள்ளை அமையறது கஷ்டமுன்னு அம்மாவிடம் விட்டுட்டு மகள் புருசனோடு ஏலத் தோட்டத்துக்கு வேலைக்குப்

போனாள். மூணு வருசத்துக்கு முந்தி புயல்மழை வெள்ளத்தில் நேர்ந்த நிலச்சரிவில் சிக்கி அவுங்க ரெண்டுபேரும் இறந்து போனாங்க. அம்மைநோயால் பார்வை பறிபோனவெளுக்கு பேத்தியை பாதுகாக்கும் சுமை தலையில் விழுந்தது.

கேரளா அரசாங்கம் நாலு லட்சமும், எஸ்டேட்காரங்க ஒருலட்சமும் தந்தாங்க. காசால உயிரைத் திரும்பக் கொண்டாந்திற முடியுமா... இந்தக் காசைப் பிடுங்க சுத்தி சுத்தி வர்றாங்களே ஒழிய, சொந்தம் சுறுத்துன்னு உதவிக்கு யாரும் வரக் காணோம். கடுவன் பூனைக சுத்துதுக. பேத்தியை சூதானமா பாதுகாத்து ஒரு உறுத்தானவன் கிட்ட ஒப்படைக்கிற வரைக்கும் கிழவிக்கு உறக்கமில்லை.

ஐயோ கடவுளே, புத்தியைக் கடன் குடுத்திட்டேனே. அவன் உள்ளே நுழையும்போதே காலில் ரெண்டு போடு போட்டு விரட்டிவிடாம உள்ளே நுழைய விட்டுட்டு இப்போ குத்துது குடையதுன்னு. கதற்றேன்னே....

அவன் வெளியே வரும்போது மண்டையில் ஒரே அடி போட்டு கீழே தள்ளி ஊரைக் கூட்டிடணும் என்று மெல்ல எழுந்து நழுவுன சேலையை சரிசெய்து கொண்டு கதவருகே நகர்ந்தாள்.

உள்ளே இருந்து முரண்பட்ட அரவமில்லை. என்னதான் நடக்குது, கிழவிக்கு விளங்கவில்லை. வெளிச்சமே காணாத இருளில் தொங்கும் வவ்வாலாக உயிரை பிடிச்சுகிட்டு இருக்கிறாள். வெளியிலிருந்து வரும் அசைவுகள், ஒலிகளை வைத்தே அவளது இயக்கம். இந்த நிலையில் இந்த குமரைக் காப்பாத்தி ஒருத்தன் கிட்ட ஒப்படைக்கணுமே; கடவுளே உனக்கும் கண்ணவிஞ்சு போச்சா? கிழவியால் நிற்க முடிய வில்லை. மெல்ல ஊர்ந்து படுக்கையில் வந்து படுத்தாள்.

வாழ்க்கையில் பல படிகளைக் கடந்தவள் தனக்கு வாக்கப் பட்டவனோடு உடல்பசியைப் பகிர்ந்து மனம் நிறைந்த நிகழ்வுகள் நினைவில் வந்தன. 'பாவம்... வேல்மயில் உட்கார்ந்து பத்து வருசத்துக்கு மேல் ஆகுது. எந்த ருசியும் அறியாதவள். அவள் ஆற்றைக் கண்டாளா; சுழன்று இழுக்கும் சுழலைக் கண்டாளா; முங்கி, முக்குளித்து கரை ஏறட்டும்ம்னு விட்டுற முடியுமா? காமச்சுழல் எவ்வளவு ஆபத்தானது, எப்படியாப்பட்ட மனுஷரையும் உள்ளே இழுத்து திக்கு முக்காட வச்சிருமே.... இந்த வெள்ளச் சுழலில் மூழ்கி அவள் இழுத்துச் செல்லப் படாமல் காக்கும் சுரைகுடுக்கை மிதப்பானாக இருக்க வேண்டியது தன் பொறுப்பே...

இவனை அடிப்பதைவிட வெளியே விட்டு அமுக்குவதே நல்லது.!'

முதல்கோழி கூவல். உடல் சிலிர்த்தது. வீட்டுக்குள் அசைவு. கிழவியின் அத்தனை திசுக்களிலும் கண்முளைத்தது போல, அந்த கால் தடங்களுக்குரியவன் யார் என்று மீண்டும் உறுதிப் படுத்தின. உருவம் வெளியேறியது. கிழவி மெல்ல வீட்டுக்குள் ஊர்ந்து குப்புறக் கிடந்தவளை தொட்டது. வேல்மயில் தீப்பற்றியது போல் பதறி எழுந்தாள். விம்மினாள். காலில் விழுந்தாள்.

"ஏண்டி, எனக்கு கண்ணுதான் அவிஞ்சு போச்சு. காது, மூக்குன்னு உடம்பில இருக்கிற அத்தனை அவயமும் இருக்குடி. என்ன நடந்துச்சு? ஒளிக்காமா சொல்லு. இனி ஆகவேண்டியதைச் செய்யணுமில்ல."

"எந்தத் தப்பும் நடக்கலை அம்மத்தா. அந்த மாமன் வந்து கெஞ்சியது. நான் இடம் கொடுக்கலை. ரெண்டாந்தாரமா கட்டிக்கிறேன்னு தலையில் அடிச்சு சத்தியம் செஞ்சது. நான் படியவில்லை. குப்புறப் படுத்தவள் தான். புரளல. நிமிரல. அது என் தலையைத் தடவிகிட்டே கெஞ்சியது. பக்கத்தில் படுத்தது. நான் இடம் கொடுக்கலை. கடைசியா ஒரு முத்தத்தை கொடுத்துட்டு எந்திரிச்சு போயிருச்சு. வேற ஒண்ணும் நடக்க இடம் கொடுக்கலை. நான் உன் பேத்தி. எனக்காக நீ எம்புட்டு கஷ்டப்படறேன்னு தெரியும்." விசும்பினாள்.

கிழவி வேல்மயிலின் உடலைத் தொட்டாள். களித்த சூடோ, களைத்த துடிப்போ இல்லை. உடல் இறுகியிருந்தது. "சரி, உன்னை நம்புறேன். இனி அவனைக் கிட்ட நெருங்க விடாதே. தேன்ருசி கண்ட கரடி இன்னொரு நாள் கூட்டைக் கலைச்சு தேன் குடிக்க வரும். நீ சாக்கிரதையா இருந்துக்கோ."

கிழவி தன்னிடத்துக்கு வந்து படுத்தாள். விடிஞ்சு வெள்ளக் கோழி கூவனதுக்கப்புறம் எங்கே தூங்கிறது? காலை ஆகாரத்தை முடித்து வெளிவாசலருகே உட்கார்ந்து போவோர் வருவோர் பேச்சரவங்களைக் கிரகித்துக் கொண்டிருந்தாள். இந்த வழக்கமான கிரகிப்புகளும், மாரியம்மாள் போன்றவர்களின் புரணிகளும் அந்தக் கிராமத்தின் நடப்புகளை பொன்னுத்தாய்க் கிழவிக்கு உணர்த்தும். தன் அனுபவத்தைக் கொண்டே இப்பேச்சுக்களின் உண்மைத்தன்மையை உரசித் தெளிந்து மனதில் சித்திரங்களாகப் பதித்துக் கொள்வாள்.

அவள் மனதில் தோன்றிய பல எண்ணங்களை எழுதி எழுதி அழித்தபடி உட்கார்ந்திருந்தாள். அவள் காதுகள் சிலிர்த்தன.

"யாரது, மாரியம்மாளா..?"

"ஆமாத்தே. ரெண்டு வெத்தலை வாங்கிட்டு வந்திர்றேன்…"

"வெத்திலை நா தர்றேன் வாலா."

"என்னத்தே, எதும் முக்கியமான தாக்கலா?"

"ஒரு தாக்கலும் போக்கலும் இல்லை. உன்கிட்டே பேசறதே ஊரு தாக்கலுக்குத் தானே." "மத்தவங்க கணக்கா என்னை புறனி மாரின்னு நினைக்காம நீதான்த்தே என்னை நல்லா தெரிஞ்சு வச்சிருக்கே" என்றபடி அருகே வந்தாள். இருவரும் உள்ளே நகர்ந்தார்கள். கைகளைக் கீழே துழாவி வெத்தலைப் பையை எடுத்து நீட்டி, "இந்தா நீ வேணுங்கிறதை எடுத்துகிட்டு எனக்கு ஒரு வெத்திலைல சுண்ணாம்பும் பாக்கும் வச்சு கொஞ்சம் இடிச்சுக் குடு." வெற்றிலை இடி உரல் உலக்கையை நீட்டினாள்.

மாரியம்மாள் வெற்றிலையை இடித்துக் கொண்டே, 'அடுத்த வாரத்தில் இன்னின்னார் காட்டில் கடலைஎடுப்பு இருக்கு. ஊரே கடலை ஆய்வதிலும், ஆய்ந்ததை உலர்த்தி மூடைகளாக்கி வந்திருக்கும் ஏவாரிகளுக்கு லாரியில் ஏத்திவிட்டு கடன் போக மீதக் காசை வாங்குவதிலும் சம்சாரிக மும்முரமா இருப்பாக. கூலிக்காரக ஆஞ்சகூலிக்கு கிடைச்ச கடலைக, காட்டில பொறுக்கின தப்புகடலைகளை, கொஞ்சம் புழக்கத்துக்கு வச்சுகிட்டு மீதியை கடைகளில் கொடுத்து காசாக்குவாக. நல்லதை, பொல்லதை வாங்கி ஆக்கிச் சாப்பிடுவாக. காசு புழங்கிறதால ஊரே கொண்டாட்டமா இருக்கும். இளவட்ட கொண்டாட்டம் இருட்டில் உரசிகிட்டே நிறை பிடிச்சு, கடலைச் செடி பிடிங்கி குவித்து, ஆய்ற வரை அது தனிக்கதை.' என்றபடி இடிபட்ட வெத்திலைத் தொக்கை கிழவியிடம் கொடுத்தாள். கிழவி வாயில் சப்பி, ஒதுக்கி, உமிழ்நீர் விழுங்கி தெம்பு ஏற்றிக் கொண்டாள்.

"நம்ம தெருவில யாரு தோட்டத்தில் கடலை எடுக்கிறாக?"

"நாட்டாமைக்காரக தோட்டத்தில, வகுறன்மாமன் வீட்டு தோட்டத்தில இப்படி மூணு நாலு பேர் தோட்டத்தில கடலை எடுப்பு இருக்கும்."

"அந்த வகுறன்மகனுக்கு பிள்ளைகுட்டி உண்டுமா..."

"எத்தே அந்தக் கொடுமையை ஏன் கேட்கிற. வாக்கப்பட்டு வந்து ரெண்டுவருசமாச்சு... அந்த வருசனாட்டுக்காரி வகுத்தில ஒரு புழு, பூச்சியைக் காணோம். அவளும் ஆரு குலை தள்ளாத வாழையாட்டம் தான் இருக்கா. புருசன்காரன் மணிவேலும் ஜல்லிக்கட்டு காளை கணக்காத்தான் திரியிறான். அவுங்க ரெண்டுபேரும் சந்தோசமாத்தான் மோட்டார்பைக்கில ஜோடி போட்டுகிட்டு ஆண்டிபட்டி சந்தைக்குப் போய் வர்றாங்க. பிரச்சினை என்னுன்னு தெரியில. ம்..ம்... பூக்கிறது எல்லாமுமா காச்சிருது. போடற வெதை எல்லாமுமா முளைச்சிருது?"

"என்னா மருமவுளே அழிகதை போடறே...? என்ன பிரச்சினை?"

"எத்தே எனக்குத் தெரிஞ்சா உன்கிட்ட சொல்லாம யாருகிட்ட சொல்லப் போறேன். உன்கிட்ட சொன்னா எனக்கு எந்த வில்லங்கமும் வராது. உன்கிட்ட சொல்றது எதுவும் இந்த வாசலை விட்டு வெளியேறாது. உன்கிட்டவா மறைக்கப் போறேன்?"

"சரி, நான் உன்கிட்ட ஒண்ணு சொல்றேன். யாருக்கும் தெரியாம சம்பந்தப்பட்டவக வாயைக் கிளறி நெசத்தை சொல்லிறனும். வேற யாருக்கும் தெரிஞ்சா பெறகு இந்த அய்த்தையை பார்க்க முடியாது."

"என்னத்தே உனக்கு துரோகம் செஞ்சா எங்கண்ணு அவிஞ்சு போகுமே. நம்பி சொல்லுத்தே. நல்ல சேதி கொண்டாறேன்." "வகுறன் வீட்டுக் காளை நம்மூட்டு கிடேரியை நோங்கிற மாதிரித் தெரியுது. பொழுது விழுந்தா பயமா இருக்கு. ராத்திரி கூட அவன் நடமாட்டம் கேட்டது. அதை ஒரு முடிவுக்கு கொண்டாறணும்..."

"அடப்பாவி பறப்பான். அவனா, நம்ப முடியலையே.ம்ம்ம் பால் குடிக்காத பூனை உண்டுமா...சரித்தே. இன்னைக்கே விசாரிச்சிருவோம்" வெற்றிலையை மென்றபடி வெளிப்படலைத் திறந்து நடந்தாள். இந்த முடிச்சை அவிழ்க்கவில்லை என்றால் மாரியம்மாளுக்கு அன்னம் தண்ணி இறங்காது, கண்ணும் உறங்காது.

★★★

முல்லைக்கொடிக்கு அன்றைக்கு காலை கண் விழித்ததில் இருந்தே சித்தப்பா ஞாபகம் மனசில் பழைய பாட்டு கணக்கா சுத்தி சுத்தி வந்தது. சின்னப்பிள்ளையிலிருந்து ரொம்பப் பாசமாயிருப்பார். ஒவ்வொரு வகுப்பு பாசாகும்போதும் பிடிச்ச துணிமணிக எடுத்துக் குடுப்பார். பன்னிரெண்டாம் வகுப்புக்கும் மேலவும் படிக்கச் சொன்னார். வீட்டில் அம்மாவும் அப்பாவும் ஒத்துக்கொள்ளவில்லை. வீட்டு வேலையிலும் தோட்ட வேலையிலும் பழக்கினர். சித்தப்பா மூத்த சிநேகிதன் மாதிரி கேட்கிற சந்தேகங்களுக்கெல்லாம் எளிமையா பதில் சொல்லுவார். தவறுகளை பொறுமையாகச் சொல்லித் திருத்துவார். உலக நடப்புகளை தெரிஞ்சிக்கணுமுன்னு சொல்லித் தருவார்.

"பொம்பிள்ளைப் பிள்ளைகள் ஒல்லியாக இருக்கிறது அழகுதான்; அதுக்காக ஒரு இட்லி, ஒன்றரை இட்லின்னு, சாப்பிடறதைக் குறைக்க கூடாது. பசிகளில் வயிற்றுப் பசி, அறிவுப் பசி ரெண்டையும் அடக்கக் கூடாது. வயிறு நிறைய சாப்பிடனும். குனிந்து நிமிர்ந்து வேலைகள் செய்யணும். உடல் பலம் இருந்தாத்தான் பெண்களுக்கு ஹார்மோன் வளர்ச்சி தடைபடாது. மாத விலக்கு சிக்கல், பிரசவநேரப் பிரச்சினைகள் வராது. உன்னைச் சுற்றி நடப்பதை எல்லாம் கவனிக்கணும். ஒவ்வொரு நடப்புக்கான காரண, காரியத்தை தெரிஞ்சிக்கணும். உன் பிரச்சினைகளுக்கு தீர்வை நீயே யோசிக்கும் பழக்கம் வரணும். எது வந்தாலும் பதறக்கூடாது. நிதானம் தவறாது முடிவெடுக்கணும். இந்த பழக்கமெல்லாம் உனக்கு வந்து விட்டால் உனக்கு தோல்வியே வராது.

"இப்படி நிறைய சொல்லுவார். வேணுங்கிற துணிமணிகள், புத்ததகங்கள் வாங்கித் தருவார். சைக்கிள் ஓட்டவும், டிவிஎஸ் பிப்டி ஓட்டவும் கற்றுக் குடுத்தார். காலேஜுக்குப் போனா மொபெட் வாங்கித் தர்றேன்னு சொல்லி இருந்தார். சித்தப்பா சொல்லித் தந்ததில் தொண்ணூறு சத மார்க் வாங்கியிருந்தாலும் காலேஜுக்கு அம்மா அப்பா அனுப்பலை. சித்தப்பா படிச்சு படிச்சு சொன்னார். நான் வல்லு வதக்குன்னு தின்னதில்லை. மாதா மாதம் தூரம் ஆவதில் பிரச்சினை. அந்த ஐந்து நாள் பெரும் அவஸ்தையாக இருக்கும். "ரத்த சோகை இருக்கு. கர்ப்பப்பையும் பலவீனமா இருக்கு. இன்னன்னதை சாப்பிட்டுட்டு மூணுமாசம் பாருங்க. பிரச்சினைனா வாங்க" என்று மருத்துவர் சொன்னார்.

கரு தங்கலை. பிள்ளை இல்லை, அதனால குடும்பத்தில் பிரச்சினைகள். கர்ப்பம் தங்க என்னென்ன வழிமுறைகள் என்று ஏகப்பட்ட வலிகளோடு கண்ணீர் கசிய பலர் மருத்துவமனைக்கு வந்திருந்தனர்.

"மருத்துவர் சொன்னதெல்லாம் சாப்பிடு காலப்போக்கில் சரியாயிரும். நல்ல சம்பந்தம் வந்திருக்கு"ன்னு கல்யாணம் பண்ணி வச்சிட்டாங்க. புருஷன் மணிவேலு எந்தக் குறையு மில்லாமல் நல்லா வச்சுக்குது. வஞ்சகமில்லா உழைப்பாளி. எந்த சந்தோசத்துக்கும் குறைவில்லை. என் வகுத்தில ஒரு பிள்ளையும் தங்கலைங்கிறது தான் குறை. மாமியார் சாதகம், பரிகாரமுன்னு அலையுது. என்கிட்டதான் குறை. இதை எப்படி யார்கிட்ட சொல்றது.? இந்தப் பிரச்சினையை எப்படி தீர்க்கிறது? திடீருன்னு புயல் மழை பெஞ்சு வெள்ளம் புரண்டு கால்மண்ணை அரிச்சிரக் கூடாதில்ல.... புதுசா களை முளைச்சிரக் கூடாதில்ல... கதவு திறக்கும் சத்தம். சிந்தனை மூடிக்கொண்டது.

★ ★ ★

மாரியம்மாள் உள்ளே வந்தாள். "முல்லை தங்கச்சி, அய்த்தை எங்கே?. கொழுந்தன் எங்கே.. ஒருத்தரையும் காணோம்?" "ஏக்கா, நான் தான் இங்கே குத்துக்கல்லாட்டம் இருக்கேனே. உனக்கு என்ன பிரச்சினை, என்ன வேணும் சொல்லு." "நீ குத்துக்கல்லாட்டம் எதையும் கண்டுக்காம இருக்கிறது தான் பிரச்சினையே..."

"எக்கா, மூடி மறைக்காமா உடைச்சுப் பேசு. நாம ரெண்டு பேருதான் இருக்கோம். எதுவா இருந்தாலும் தேங்கா உடைச்ச மாதிரி உடைச்சுரு. ஆனா ஒரு சில்லுகூட சிதறி வெளிய விழுகக் கூடாது. சாக்கிரதை"

மாரியம்மாள், சுற்றிலும் ஒருமுறை பார்த்துவிட்டு முல்லையின் காதில் கிசுகிசுத்தாள். முல்லைக்கொடி உடலெங்கும் தீப்பற்றியது போல் காந்தியது. மாரியம்மாளை எரிப்பது போல் பார்த்தாள்.

"எக்கா, உன்னை ஊருக்குள்ள பஞ்சாயத்து டிவின்னு சொல்லுவாங்க. அந்த வேலைய என்கிட்டே காமிக்கக் கூடாது. நீ சொன்னது பொய்யா இருந்தால் இந்த வருசனாட்டுக்காரி உன்னை சும்மா விடமாட்டேன், வயித்தை வகுந்து குடலை உருவி மாலை போட்டுருவேன். நீ சொல்றது நெசந்தானா..?"

"இங்க பாருத்தா முல்லை, உன்னை கூடப்பிறந்த பிறப்பா நினைச்சுதான் அந்தக் கிழவி சொன்னதும் மென்ன வெத்தலையைக் கூட துப்பாம பதறி நேரா ஓடியாறேன். என்னை நம்பு. நீ இந்த ஊருக்கு வாழவந்தவ, நீ நல்லா இருக்கணும். வெள்ளம் வற்றதுக்குள்ள அணை போடணுமுன்னு ஓடியாறேன் தாயி." மாரியம்மாள் வெலவெலத்த குரலில் சொன்னாள்.

"சரிக்கா. எங்கிட்டா சொன்னதோட இருக்கட்டும். மாமியார் ஊரில் இல்லை. வந்ததும், இதைப்பத்தி மூச்சுவிட்டுறக் கூடாது. நான் பாத்துக்கிறேன். இரு, ஒரு வாய் டீத்தண்ணி குடிச்சிட்டுப் போவே. "ஆத்தாடி வயசில சின்னவளா இருந்தாலும் என்னமா மிரட்றா வருச நாட்டுக்காரி. மாரியம்மாளுக்கு கொளகொளன்னு தொண்டையில் ஒரு தம்ளர் டீ இறங்கினதுக்குப் பிறகுதான் படபடப்பு அடங்கியது.

"சரிக்கா, இந்த விஷயம் நம்ம ரெண்டு பேரோடு முடிஞ்சு போகணும். மறந்தும் பழக்கதோசத்தில் வெளியே வந்ததுன்னா, அப்புறம் நான் மனுசியா இருக்க மாட்டேன்.

தலையாட்டி மூச்சு விடாமல் மாரியம்மாள் பெட்டியில் இருந்து திறந்து விடப்பட்ட பாம்புபோல் வெளியேறினாள். "ஐயோ வேலப்பரே, வருச நாட்டுக்காரி என்ன வில்லங்கத்தில மாட்டிவிடப் போறாளோ..." புலம்பியபடி போனாள்.

"இந்த வாரம் வெள்ளி சனியில கடலை எடுக்கணும். நாள் தள்ளினா, லேசா ஈரவாடை பட்டாகூட விளஞ்ச கடலை முளை விட்டுரும். கடலை எடுக்க ஆரம்பிச்சிட்டா, எல்லாத்தையும் ஒருசு பண்ண பதினஞ்சு நாளாகும். இக்கட்டான நேரத்தில், இந்த மனுஷன் புதுசா வில்லங்கத்தைக் கொண்டாந்திட்டானே. பாவப்பட்ட அப்புராணி குடும்பத்தில் கைவச்சிட்டானே. எப்போ இது வேலிதாண்டி மேய நோங்கிருச்சோ, உடனே தடுக்காட்டி தும்பை விட்டு வாலைப் பிடிச்ச கதையாயிருமே... மூக்கிணாங்கயறு நம்ம கையிலதான் இருக்கணும். ரெண்டு நாளைக்குள்ளே எதாவது செஞ்சாகணும்."

முகத்தைக் கழுவி பொட்டையும் சேலையையும் சரி செய்து கொண்டு வீட்டைப் பூட்டினாள். அழுத்தமாய்க் கால்களை வைத்து நிதானமாய் நடந்தாள். தெருவில் நடமாட்டமில்லை. மேலே சூரியனைக் கடந்துபோகும் மேகங்கள், நிழலையும் ஒளியையும் மாறிமாறி தெளித்தன. அவளது முகத்திலும் சிந்தனை மேகங்கள்

அலைந்தபடி இருந்தன. மனதில் பேசவேண்டியதை சீர்படுத்திக் கொண்டாள். சுவரோரம் படுத்திருந்த தெரு நாய்கள் கால் அதிர்வுகளை உணர்ந்து தலை தூக்கின. முல்லைக்கொடியைப் பார்த்ததும் தலையைக் கீழே போட்டு கண்களை மூடிக்கொண்டன. உச்சி வெயிலில் மரங்களின் இலைகள் எல்லாம் சிலிர்த்து சூரியக் கதிர்களோடு சரசமாடின. முல்லை மனதை ஒரு நிலைப் படுத்திக் கொண்டாள்.

பொன்னுதாய்க் கிழவியின் வீட்டு வெளிப்படலைத் திறந்து முல்லை உள்ளே நுழைந்தாள். தாழ்வார வாசலோரம் சாய்ந்து உட்கார்ந்திருந்த பொன்னுத்தாய் உடம்பெல்லாம் சிலிர்க்க முகத்தை ஏறெடுத்து, "யாரு வருசநாட்டு முல்லைக்கொடியா... வா தாயி, வா. நல்லா இருக்கியா.. உக்காரு. இந்தா இந்த செம்பு தண்ணியை எடுத்துக் குடி..."

"ஆத்தாடி, அம்மத்தா. என் நடையரவத்தை வச்சே கண்டு பிடிச்சிட்டியே. அம்மத்தா நாங்கதான் பார்வை கெட்டுத் திரியிறோம்" ஒரு மடக்கு தண்ணியை குடித்து செம்பை வைத்தாள். பழைய செம்பு தான் என்றாலும் பளபளன்னு வேலுமயில் வச்சிருக்கிறாள். நல்ல வளமைக்காரி தான்.

"என்னாத்தா வந்த காரியம்..."

"அம்மத்தா, உனக்கு தெரியாதது என்ன இருக்கு. அந்த புறனி மாரி பத்தவச்சிட்டுப் போனா. அணைக்கலாமுனு வந்திருக்கேன்."

"உள்ளே ஒந்தங்கச்சி இருக்கா. அவகிட்ட பேசு. அவளுக்காகத் தானே இந்த உசிரு இன்னும் துடிச்சிகிட்டு கிடக்கு."

"ஏன் அம்மத்தா, நாங்கெல்லாம் இல்லையா..?"

"ஊரில ஆயிரம்பேர் இருந்தாலும் உறுத்தான ஒருசுரு இருக்கணுமில்ல..."

"மயிலை பார்க்கிறேன் அம்மத்தா." முல்லை எழுந்து உள்கதவைத் திறந்தாள்.

"அவப்பேரு வந்திருச்சே. இந்த ஊரு இனி மென்னு துப்பியிருமே. இதில இருந்து எப்படி மீள? அரவமில்லாம அரளிவிதையை அரைச்சு ரெண்டுபேரும் குடிச்சுட்டு நீட்டி நிமிந்திருலாமா..." என்ற யோசனையில் வேலுமயில் உறைந்து போயிருந்தாள்.

கதவு திறந்த ஒலியும் முகத்தில் அறைந்த ஒளியும் வேலுமயிலை நடுக்கத்துடன் நிமிர்த்தியது. முல்லையைப் பார்த்ததும் கதறியபடி எழ முயற்சித்தாள். முல்லை ஓடிச்சென்று அவளை அணைத்து உட்காரவைத்து அமர்ந்தாள். மயில் முகத்தைப் பொத்திக்கொண்டு விம்மினாள்.

"மயில்தாயி அந்த மாரியம்மா சொன்னதெல்லாம் நெசமா." அவள் உடைந்து அழுதாள். விகற்பம் இல்லா முகமெங்கும் கண்ணீர் தாரைகள் உப்பு பரிந்து நத்தை நகர்ந்த தடமாக மின்னியது.

"பாவி மனுசனைக் கடலைக் காட்டுக்கு காவலுக்கு அனுப்பினா... அப்பிராணி பிள்ளைகிட்டே வந்து விடலை விளையாட்டு ஆடிட்டானே, நான் என்னத்தச் சொல்ல... எதுல குறை வச்சேன்.?" முல்லை பேச பேச மயிலுக்கு விம்மலும் விசும்பலும் கூடியது. வாடிய பூச்செடியைப் போலக் கிறங்கி சாய்ந்தாள்.

"தாயி, அக்காவை நிமிர்ந்து பாரு. "வேலுமயில் குமுறியபடி முல்லையின் காலில் விழுந்தாள். முல்லை அவளது தோளைப் பற்றி நிமிர்த்தினாள். முல்லை கண்களில் கசிவு.

"சரி தாயி. இனி நடப்பதைப் பார்ப்போம். விடிஞ்சா புதன்கிழமை. நீயும் அம்மத்தாவும் வெள்ளன்னே குளிச்சு இருக்கிற நல்ல துணியுடுத்தி தயாரா இருங்க. சின்னக்காளை அண்ணன் ஆட்டோ சரியா ஏழுமணிக்கு வந்துரும். நீங்க ரெண்டுபேரும் ஏறி வந்திருங்க. நானும் மாமனும் பைக்கில ஊருக்கு வெளியே காத்திருப்போம்; நீங்க வந்ததும் நாம சேர்ந்து ஆண்டிபட்டிக்கு போறோம். விசனப்படாதே. இனி நீயும் நானும் ஒண்ணுதான்.! மறக்காம ரேசன்கார்டு, உங்க ரெண்டுபேர் ஆதார் அட்டைகளை எடுத்துட்டு வந்துரு." முல்லை மயிலை அணைத்துக் கொண்டாள். இருவர் உடலும் குலுங்கியது.

இதையெல்லாம் உள்கதவு நிலையில் சாய்ந்து கேட்டுக் கொண்டிருந்த பொன்னுத்தாய், முன்னால் நகர்ந்து துழாவி முல்லைக்கொடியை அணைத்துக் கொண்டாள்.

"முல்லை, எம் மவராசி, எனக்கு கண்ணைக் குடுத்திட்டே தாயி. இனி நிம்மதியாய் என் கட்டை வேகும்"

[புக் டே. இன் 2021]

14

நொந்த நெஞ்சு

குறுஞ்செய்தி மின்னி சிணுங்கியது. நடுவுலவள் மனம் துள்ளிக் குதித்தது. அவனை வரச்சொல்லி பதிலை அவள் சொடுக்கிவிட்டு அம்மாவிடம் ஓடினாள். "அம்மா, அவர் வந்திருக்கிறாரும்மா; வாம்மா, வந்து பார்த்துப் பேசுமா" என்று அம்மாவின் முகவாயைப் பற்றிக் கெஞ்சினாள்.

"சீ, விடுடி. ஒன் அண்ணன் எவளோ ஒருத்தியோட ஓடினதுனால மகள்களை கட்டிக்க இனி சொந்த சாதிக்காரன் எவன் இந்த ஓடுகாலு குடும்பத்தில சம்பந்தம் பண்ண வரப்போறான்னு, அப்பங்காரரு நொந்து மண்டையைப் போட்டுட்டாரு. எப்படியாவது, உன்னையும், ஒந்தங்கச்சியையும் கரை ஏத்திறவரை உசிரைவிட்டுறக் கூடாதுன்னு மூச்சை இழுத்துப் பிடிச்சிக்கிட்டு கிடக்கேன். இந்த லட்சணத்தில நீயும் ஒருத்தனை இழுத்துட்டு வந்து பாருங்கிற. நான் பார்க்க வரமுடியாதுடி. அவனைப் போகச் சொல்லு..."

ஆசையாய் வைத்த சுடுபாயசத்தை முகத்தில் ஊற்றியதும் வடிந்த பால்போக கன்னத்தில் ஒட்டிய சேமியா நெருப்பாக காந்துவதுபோல் அம்மாவின் ஒவ்வொரு சொல்லும் சுட்டது. கண்துளிர்ப்பைத் துடைத்து, முகத்தை மலர்த்தி அண்ணியிடம் ஓடினாள். "மதினி, நீங்க அது யாரு, எவருன்னு பார்வையால துளைச்சீங்களே, அவரு வந்துருக்காரு. நீங்களும் அண்ணனும் நல்லபடியா பேசுங்க மதினி" "கொஞ்சலும் கெஞ்சலும் இசைந்தகுரல் மதினி மனத்தை குளிர்வித்தது. இருவரும் வாசலுக்கு போய்க் கதவைத் திறந்தனர். அவன் புன்னகையுடன் கைகூப்பினான். வாங்க என்று அழைத்தபடி மதினி முன்னே செல்ல, பிந்திய அவளும், அவனும் நொடிப்பார்வையிலே நூறு விசயங்களைப் பரிமாறினர்.

"உக்காருங்க. அவுங்க அண்ணனை வரச்சொல்றேன்" சோபவைக் காட்டினாள். அவன் விளிம்பில் உட்கார்ந்தபடியே காதலி கண்ணோடு கதைத்துக் கொண்டிருந்தான். அவள் பேசுவது இமைத் துடிப்புகளில் தெரிந்தது. அவன் கேட்பது அவனது விரிந்த

கண்களில் புலனாகியது. வலப்பக்க அறையின் ஒருச்சாய்த்த கதவு இடைவெளியில் அம்மா அவனை ஊடுருவினாள்.

மதினி தன் கணவனிடம், "உங்க பெரிய தங்கச்சி முகத்தில் புதுப்பொலிவு தெரியுதுன்னு மூணுமாசமா சொன்னேன்; நீங்க காதில போட்டுக்கலை. அவ இப்ப ஒருத்தனைக் கூட்டியாந்திருக்கா. நல்லவனாத்தான் தெரியுது. பார்த்து நிதானமா பேசுங்க." கணவன் அதிர்ந்த பார்வையோடு நெஞ்சைத் தடவியபடி, "போ, வர்றேன்" என்று கைப்பேசியோடு கழிவறைக்குப் போனான்.

மதினி ரெண்டு பிஸ்கட்டையும், ரெண்டு முறுக்கையும் ஒரு தட்டில் வைத்து காபியோடு கூடத்திற்குப் போனாள்.

இருவரும் கண்கள் கவ்வ, மூச்சுக்காற்று மட்டும் உயிர்ப்பை உணர்த்த உறைந்திருந்தனர். அவனது மேனியில் அரும்பிக் கொண்டே இருக்கும் வேர்வை மொக்குகளை மேலே சுழலும் மின்விசிறியால் முற்றாகத் துடைக்க இயலவில்லை. நாள்காட்டித்தாள்கள் படபடத்தன. மாதம்காட்டித் தாள்கள் கால்களைத் தூக்கி ஆடின. சுவர்க் கடிகாரம் இதயங்களை எதிரொலித்தது. மதினியின் கால்சுவட்டு அதிர்வுகேட்டு இருவரும் தன்னிலைக்கு வந்தனர்.

"தம்பி இதைச் சாப்பிடுங்க. இதோ அவரு வந்திருவார். ஏன் நீ மசமசன்னு நின்னுகிட்டிருக்கே. வந்தவருக்கு தண்ணியாவது தந்தியா. போய் அம்மாவை வரச்சொல்லு. அவுங்களும் பார்த்து பேசட்டும்."

மதினியின் சொற்பொறித் தெறிப்பில் அவள் அதிர்ந்து ஓடி குளியலறைக்குள் அடைக்கலம் புகுந்தாள். அம்மா படுக்கையில் தூங்குவது போலிருந்தாள். வந்தவன் இனிப்பை தின்னவும் முடியாமல் ஒதுக்கவும் முடியாமல் தண்ணீரை மிடறு மிடறாய் குடித்து காத்திருப்பின் புழுக்கத்தைத் தணித்துக் கொண்டிருந்தான். மதினி கணவனை அழைக்கப் போனாள். அவன் கழிவறையில் இருந்தான்.

இவள் பலமுறை கவனித்திருக்கிறாள், வீட்டில் குடும்ப விஷயங்களைப் பேசத்தொடங்கினால் கணவன் செல்லை எடுத்து பதற்றத்தோடு நோண்டிக் கொண்டு இருப்பான்; சிலசமயம் கழிவறைக்குள் நுழைந்து கொள்கிறான். 'என்ன விவரம் என்று தெரியவில்லை. தப்பித்தல் தந்திரமா, பேசுவதைத் தாமதப்படுத்தும் நோக்கமா, இல்லை, இதுக்கு பின்னணியில் வேறேதுவும்

இருக்கானு புரியவுமில்லை. இந்த மனுஷன் வெளியே எப்ப வருவாரோ... பாவம், அந்தப் பையன் தனியே சுவத்தைப் பார்த்துக்கிட்டுருப்பான்.' அந்தப் பையனிடம் தொலைவியக்கியைக் கொடுத்து "இந்தா தம்பி, உங்களுக்கு பிடிச்ச சேனலைப் பார்த்துக் கிட்டுருங்க. அவரு பாத்ரும் போயிருக்கிறார், சீக்கிரம் வந்துருவார்." சொல்லிவிட்டு அடுப்படிக்குள் நுழைந்தாள்.

இவளுக்கு அடுப்படியில் வேலை ஓடவில்லை. "இன்னக்கி ஞாயிறுனு அவரு ஆட்டுக்கறி எடுத்து வந்திருக்கிறார். வீட்டில சம்பந்தம் பேசும்போது கசாப்பு சேர்க்கக் கூடாதுன்னு அம்மா அடிக்கடி சொல்லும். இப்ப கறி சமைக்கலாமா, அது நல்லதா? அத்தை குணமும் தெரியாது; அத்தை எங்கிட்டயாவது கொஞ்சம் நஞ்சம் பேசிக்கிறாங்க. இவரைப் பார்த்தா பச்சைநாவியா வெறுக்கிறாக. இவரு குணமும் முழுசா தெரியாது; எந்நேரம் ராட்சசனா கொதறுவாரு, எப்ப மனுசனா கொஞ்சுவாருனு தெரியாது. என்ன சமைக்கிறது? ஞாயித்துக்கிழமைனு ராத்தலா இருக்க முடியுதா?

பெங்களூருல இருந்த ஆறுமாசமும் சனிக்கிழமை ராத்திரியிலிருந்தே றெக்கை விரிச்சுப் பறந்தோம். மாமனார் இறந்தாருன்னு வேலையை மதுரைக்கு மாத்தி வந்தோம் கல்யாணங்கிறது கழுதைக்குப் போட்ட கால்கட்டாயிருச்சு. தன் இஷ்டத்துக்கு ஓடியிறாம முதுகில ஏத்தின சுமையை சுமந்து மெல்ல நகர்ந்தாகணும். சொந்த அத்தைன்னா கூடக்குறையப் பேசி சமாளிச்சுக்கலாம், நாமலே ஓடியாந்து புருசனைத் தேடிகிட்டவ. மாமனாரு குடும்பத்தோட பேச்சு வார்த்தை இல்லாம இருந்த நிலையிலே அவரு போனதுக்கப்புறம் இவரு குடும்பப் பொறுப்பை விரும்பி ஏத்துகிட்டாரு. கூட்டுக்குடும்பத்தில சிக்கினதுக்கப்புறம் அனுசரிச்சுப் போனாத்தானே நம்ம நிம்மதியா குடும்பம் நடத்த முடியும். அப்பத்தானே நம்மளை தலைமுழுகின பெத்தவங்களும் நம்ம நல்லா வாழறதை கேட்டு நிம்மதியாக இருப்பாக.

மாமனார் இறந்ததுக்குப் பின்னால அத்தை கறி புளி திங்கிறதில்லை. அதனால அவுங்களுக்கு கத்தரிக்காய் முருங்கைக்காய் சாம்பார் வச்சுக்கிட்டு இருப்போம். இவரு அந்தப்பையன் கிட்ட பேசுறதை வச்சு கறிக்குழம்பு வைக்கிறதைப் பிறகு பார்த்துக்குவோம்.' வேலையைத் தொடர்ந்தாள்.

கழிவறைக்குள் போனவன் கண்ணீர் பொங்க விம்மினான். அப்பா, தலைமகன் தன் குடும்பப் பொறுப்பை பகிர்ந்து கொள்வான் என்று சிறுவயதிலிருந்தே தான் பட்ட இன்ப துன்பங்கள், ஏற்ற இறக்கங்கள், தானுணர்ந்த சமுக நியதிகள் எல்லாம் சொல்லி வளர்த்தார். இவன் விரும்பிய படிப்பை படிக்க வைத்தார். இவனுக்கு பின் பிறந்த தங்கைகளிடம் அக்கறையும் அனுசரணையும் காட்டப் பழக்கியிருந்தார். பொறியியல் முடித்ததும் பெங்களூரில் வேலை கிடைத்து தனது சம்பளத்தில் பாதியை அப்பாவுக்கு அனுப்பிய மகனை நினைத்து பூரித்திருந்தார்.

ஒரு நாள் அதிகாலை, தன்னுடன் வேலை செய்யும் பெண்ணைக் கல்யாணம் பண்ணிக்கிறேன்ப்பா, எங்களை வாழ்த்துங்கள் என்று சொல்லி வந்தவனை, "செத்தாலும் எம்மூஞ்சியிலே முழிக்கக்கூடாது"னு விரட்டி விட்டுட்டார். அப்புறம் விடுதியில் தங்கி நண்பர்கள் உதவியுடன் பதிவுத்திருமணம் செய்து, மீனாட்சியம்மனை கும்பிட்டு பெங்களூர் திரும்பினர்.

கல்யாணத்துக்குப் பின்னும் அப்பா கணக்குக்கு இவன் பணம் அனுப்பினான். அப்பா ஓவ்வொரு மாதமும் அப்பணத்தை திருப்பி இவன் கணக்குக்கே அனுப்பினார். பென்சன் வாங்குறோம், மக பேங்குல வேலை பார்க்கிறானு திண்ணக்கம்! அப்பாவின் இறுக்கத்தை தளர்த்த முடியவில்லை. தங்கைமார்களின் வங்கிக் கணக்குக்கு, அப்பாவுக்கு அனுப்பும் தொகையை இருபாதிகளாக இரு தங்கைகளுக்கும் அனுப்பி வந்தான். இதை வேறு எவருக்கும் தெரியாமல் மறைத்தனர்.

அப்பா இறந்த செய்தி நண்பர்கள், பக்கத்து வீட்டுக்காரர்கள் மூலம் தெரிந்தே வந்தனர். சொந்த பந்தங்களிடையே வாதாடித்தான் அப்பாவுக்கு மகன் செய்ய வேண்டிய சடங்குகளைச் செய்தான். அம்மா முகம் கொடுத்துப் பேசவில்லை. தங்கைமார் மட்டும் அம்மாவுக்குத் தெரியாமல் பேசினர்.

மூன்றாம்நாள் பால் தெளித்து புதைகுழி சுடாற்றி அஸ்தி சேகரிக்க முக்கியமான உறவுகள் நட்பு சூழப் போனார்கள். மயானத் தொழிலாளி, "மனுசரு சாகும்போது எப்படி எமன்கிட்ட போராடினாரோ, அப்படியே வேகும் போதும் அவருடல் போராடியது. எத்தனை தடவை நரம்புகள் விடைச்சு எந்திருச்சாரு மனுசர். அவரு மனசில இருந்த கவலைகள நிறைவேத்துங்க சாமி. அப்பத்தான் அவராத்மா சாந்தி அடைஞ்சு தெய்வமா நின்னு குடும்பத்தில பிறந்த பிள்ளைக, பேரன் பேத்திகளைக் காப்பாத்தும்."

என்றபடி காலிலிருந்து தலை வரை ஒவ்வொருபிடி சாம்பலாக அள்ளி மண்கலயத்தில் சேகரித்துக் கொண்டே வந்தார்; நெஞ்சுப் பகுதியில் பெருநெல்லிக்காய் தண்டி நான்கு பிண்டங்கள் வேகாமல் கிடந்தன.

"மனுசர் என்ன கவலையில் செத்தாரோ, நெஞ்சு வேகலையே சாமி. மகன்மாரு, யாரு சாமி, இங்கே வாங்க சாமி..." அழைத்தார் மயானத் தொழிலாளி. இவன் விசும்பலுடன் அருகில் போய், சவுப்படலம் போர்த்திய அந்தப் பிண்டங்களை பார்க்கையில் ரெண்டு சொட்டு கண்ணீர் அவற்றின் மீது சொரிந்தது. மயானத் தொழிலாளி இரண்டு வறட்டிகளை நெஞ்சுக்குழி பகுதியில் கிடத்தி அதன்மீது அந்தப் பிண்டங்களை வைத்து சுற்றிலும் நெருக்கமாக வறட்டிகளை கூடுபோல் அடுக்கினார். மண்ணெண்ணெய் ஊற்றி இவனை தந்தையின் கவலைகளைத் தீர்த்து வைப்பேன் என்று வேண்டிக் கொண்டு நெருப்பு வைக்கச் சொல்லி தீப்பெட்டியைக் கொடுத்தார். இவன் அப்பாவை நினைத்து, நெஞ்சுருகக் கண்ணீர் பெருக்கெடுத்து வழிய தீ வைத்தான். மண்ணெண்ணெய் குப்பென்று தீ பற்றி நீலமும், சிவப்பும், மஞ்சளுமாய் தலைகீழ் இதயவடிவில் எரிந்து பத்து நிமிடத்தில் சாம்பலானது. இவன் கூப்பிய கை கூப்பியவாறு கண்ணீர் பெருக்கி உடலெங்கும் ரோமம் சிலிர்க்க கும்பிட்டபடி நின்றான். இவனது மனதில் பதிந்த இளம் பருவத்திலிருந்து முதிர்பருவம்வரை அப்பாவின் பல்வேறு தோற்றங்கள் நினைவில் ஆடின. உடன் வந்தவர்கள் அன்னம்பாரித்து உறைந்திருந்தனர்.

அப்பாவின் இதயம் செத்தபின்னும் வேகவில்லை. தனது இதயம் தான் உயிரோடு இருக்கும்போதே வெந்து கொண்டிருப்பது போல் உணர்வு தோன்றி கண்ணீர் துளிர்க்கிறது. இவனது குடும்பத்தில் உணர்ச்சிகரமான எந்தப் பேச்சு எழுந்தாலும் இப்படி உணர்வு தோன்றி இவனை அலைக்கழித்து தனிமையைத் தேடுகிறது. நெஞ்சில் பதிந்த அப்பாவின் இதயப் பிண்டங்கள் அழியாதிருக்கையில், இவனது நண்பன் ஒருவன் அந்தப் பிண்டங்களை கைப்பேசியில் ஒளிப்படமாக்கி எதோ இவனுக்கு உதவும் பேர்வழி போல் அனுப்பி விட்டான். அது வதைத்துக் கொண்டு இருக்கிறது. தற்போது வீட்டிற்கு தங்கையின் காதலன் வந்திருக்கும் தருணத்தில் இவன் அப்பாவின் இதயத்தோடு கண்ணீர் துளிர்க்க பேசவேண்டிய நிலை.

இப்போது இவனை பிழியும் கேள்விகள்; வீட்டை மீறி தன் இஷ்டத்துக்கு கல்யாணம் பண்ணிக்கொண்ட மகனால், அடுத்த தங்கைகளுக்கு சொந்த சாதியில் மாப்பிள்ளை அமையாது என்ற அச்சத்தில் கண்டித்து விரட்டிய அப்பாவைப்போல் தங்கையின் காதலை அணுகுவதா; இல்லை தான் விரும்பிய பெண்ணை மணந்துகொண்ட அண்ணனைப் போல் அணுகுவதா...? தனது மகன் தன்னை மதிக்கவில்லை என்ற அப்பாவின் தகிப்பு; காதலித்து மணம் செய்துகொண்ட அண்ணன் தன் காதலை ஏற்பார், அம்மாவையும் ஏற்க வைப்பார் என்ற தங்கையின் நம்பிக்கை; இந்த இருநிலையில் எதை ஏற்பது? இதுதான் இருதலைக் கொள்ளி எறும்பின் நிலையா...?

இந்த இருநிலைகளுக்கும் பொதுவான ஓரம்சமும் உண்டு! அப்பா விரும்பியதுபோல் சாதியில் மாப்பிள்ளை பார்த்து கல்யாணம் செய்துவைத்தாலும், தங்கையே விரும்பியபடி மணமுடித்து வைத்தாலும் தம்பதிகள் சந்தோசமாக வாழவேண்டும் என்பதே ஒற்றை நோக்கம்!. இதை மனதில் கொள்வோம்; இங்கே கழிவறையில் ஒளிந்துகொண்டு மேலும் தாமதப்படுத்துவது நல்லதல்ல! "கைப்பேசியில் ஒளிரும் அப்பாவின் வேகாத இதயத்தை அணைத்துவிட்டு வெளியேறினான். முதலில் எந்த பிடியும் கொடுக்காமல் பேசுவோம். கிடைத்த விவரங்களைக் கொண்டு பிறகு சரியான முடிவெடுக்கலாம்.'

கூடத்துக்குள் இவன் நுழைந்ததும், அலைவரிசைகளில் அலைந்து கொண்டிருந்த காதலன், எழுந்து நின்று வணங்கினான். இவன், அவனைக் கையசைத்து உட்காரச் சொன்னான். பையன் பார்க்க துறுதுறுன்னு, தெளிந்த முகமும், ஒளிர்ந்த விழிகளுமாய் ஈர்க்கும்படிதான் இருக்கிறான். அவனும், இவன் தங்கையும் ஒரே வங்கியில் வேலை செய்கிறார்கள். சமவேலை, சமவயது; மனசில உள்ளதை பிசிரில்லாமல் பேசுகிறான் என்பதை முகம் காட்டுகிறது. கடந்த ஆறுமாதமாக ஒருவரை ஒருவர் விரும்புகிறார்களாம்! அப்போ, அப்பாவின் குணமும், இவனுக்கு ஏற்பட்ட நெருக்கடி எல்லாம் தெரிந்துதான் தங்கை அவனை காதலிக்கிறாள் என்றால் காதலின் பிடிப்பை உணர முடிகிறது. அறையினுள்ளிருந்து மல்லிகை வாசம் மிதந்து வருகிறது. தங்கை கதவுக்குப்பின் இருந்து கவனிக்கிறாள். ஐந்து நிமிடங்களுக்கொருமுறை கேட்கும் அம்மாவின் இருமல் வேறொரு செய்தியை அப்பாவின் சார்பாய் நினைவூட்டிக் கொண்டிருக்கிறது.

இவன், "உங்க குடும்பத்தில் ஒரே பிள்ளைங்கிறீங்க; உங்க காதலை ஏன் பெத்தவங்களிடம், சொல்லாமல், எங்ககிட்ட வந்தீங்க? உங்க விருப்பத்தை, உங்க அப்பா அம்மா ஏத்துக்கலைன்னா, என்ன செய்வீங்க? நாங்களே ஏத்துக்கலைன்னா என்ன செய்வீங்க?"

அவன் சிரித்த முகம் மாறாமல், "பெண் தரப்பில் நீங்க நிச்சயம் ஏற்பீங்க. உங்க வீட்டிலும் எங்க வீட்டிலும் ஏற்கலைன்னா, எங்க முடிவை நீங்களே அப்புறம் தெரிஞ்சிக்குவீங்க" என்று கூறி இவனது முகத்தை ஊடுருவினான்.

இவன் கவனத்தை மாற்ற, "ஸ்நாக்ஸ் சாப்பிடலையா"

அவன்; "நீங்க வந்ததும் சேர்ந்து சாப்பிடலாமுன்னு இருந்தேன்."

மனைவி இவனுக்கும் தின்பண்டம் கொண்டுவந்து வைத்தாள். இருவரும் தின்றார்கள். மாதம்காட்டியின் தாள்கள் அசையாதிருந்தன. நாள்காட்டி அடங்கிக் கிடந்தது. சுவர்க்கடிகாரத் துடிப்பு இறுக்கத்தின் கனத்தை ஒலித்தது.

இவனே மௌனமுடிச்சை அவிழ்த்தான். "எனது அனுபவத்தில் சொல்றேன், பெத்தவங்க மனம்நோக செய்யக்கூடாது. முதல் கட்டமா நீங்க உங்க அம்மா அப்பாவை பேசி சம்மதிக்க முயற்சி பண்ணுங்க. அடுத்த கட்டமா நாங்களும் பேசுறோம். இதுக்கிடையில் நீங்க பண்பட்டவங்க அவுங்கவங்க எல்லைக்குள்ளே இருந்துக்குவீங்கன்னு நம்புறோம். இருங்க, நட்புரீதியா மதியம் சாப்பிட்டுட்டு போகலாம்." அவன் நிமிர்ந்து சுவர்க் கடிகாரத்தை பார்ப்பது போல் பார்வையை சுழலவிட்டான். உள்ளே இருந்துவந்த மின்னல் அவன் முகத்தில் எதிரொளித்தது.

"நன்றிங்க. எனது அலுவலக நண்பருடன் மதிய உணவு சாப்பிட வர்றேன்னு ஒத்துக்கிட்டேன். இன்னொரு நாள் சாப்பிடறேன். நான் போய்ட்டு வர்றேன்" எழுந்து வணங்கினான். வாசலை நோக்கி நகரும் அவன் முதுகில் ஏதோ ஊர்வதுபோல் முதுகு சிலிர்த்தது. அம்மாவின் இருமல் சத்தம் அடங்கியிருந்தது.

[bookday.co.in- jan-2022.]

15

நில்லாதே போ பிணியே...

மனைவி விம்மி விம்மிக் கேவினாள்; வறண்ட உதடுகளைத் தாண்டி குரல் எழும்பவில்லை; கண்ணீர் பொங்கியது. கணவன் அவளது தோளைப் பரிவுடன் தொட்டு "அழுவதை நிறுத்து; யோசிப்போம்; ஏதாவது வழி பிறக்கும்." என்றான்.

"பச்சைமண்ணுக ரெண்டும் பசி பொறுக்காம அழுகிறதைப் பார்க்க முடியலை. பெத்தப்பிள்ளைகளுக்கு கஞ்சி ஊத்த வக்கத்துப் போனோம்; சாவதைத் தவிர வேற வழி தெரியலை. ரயில்ல விழுந்து சாகலாமுன்னா ரயிலும் ஓடலை. பிள்ளைகளைப் பார்த்துக்குங்க; தண்டவாளத்து ஓரமா முளைச்சுக் கிடக்கிற அரளிச்செடியிலிருந்து விதைகளை எடுத்து வாறேன்; அரைச்சு நாலு பேரும் குடிச்சு செத்துறலாம். பசியில பைய பைய சாகுறத்துக்கு ஒரேயடியா கண்ணை மூடியிறலாம்." வறண்ட தொண்டை கரகரக்க வார்த்தைகளை உதிர்த்தாள்.

"பயித்தியக்காரி கணக்கா உளறாதே; உயிரை மாச்சுக்கிறதுக்கா ஊரு விட்டு ஊரு வந்து இம்புட்டுக் கஷ்டப்படறோம். கொஞ்சம் பொறு" என்று முகக்கவசத்தை மாட்டிக் கொண்டு வீட்டுக்கு வெளியே மரத்தடியில் நின்றான். வெறிச்சோடிய தெரு உணவு பரிமாறப்படாத தட்டுப்போல் காற்றும் வெயிலும் கலந்து நிரம்பிக் கிடந்தது. கண்ணை உறுத்தியது. வாகன இரைச்சலற்ற காற்று, சலனமில்லா வெயிற்கானலில் வானவில் பார்த்து மிதந்தது. மரத்தை அண்ணாந்தான்; மனுசரை அண்டிப் பிழைக்கும் காக்கை, குருவிகள்கூடக் கண்ணில் படவில்லை. வழக்கமாக இந்நேரம் கூட்டில் குஞ்சுகளுக்கு இரையூட்டிக் கொண்டிருக்கும் தாய் குருவியையும் குஞ்சுகளையும் காணோம்; எங்கே போயின. அவனுக்கு கண்ணீர் கசிந்தது.

கொரோனா பரவலைக் கட்டுப்படுத்த பொதுமுடக்கம் அறிவித்ததால் இவனுக்கு ஆட்டோ ஓட்டமில்லை. கையில்காசு புழக்கம் இல்லை. மனைவி ஒரு தனியார் மழலையர் பள்ளியில் ஆயாவாக வேலை பார்த்தாள். பள்ளி மூடப்பட்டதால் சம்பளம் போடவில்லை. எப்போது பள்ளி திறப்பார்களோ..., மீண்டும்

வேலைக்கு சேர்த்துக் கொள்வார்களோ... என்பதும் நிச்சயமில்லை.

"சென்னைக்கு வந்து மூணு வருசமாச்சு. பழைய ஊர் ரேசன் கார்டை ஒப்படைச்சுட்டு புது ரேஷன்கார்டுக்கு மனுப்போட்டு ரெண்டு வருசமாச்சு. இன்னும் கிடைக்கலை. ரெண்டு வீடு மாறியாச்சு. ரேசன்கார்டு இருந்தாக் கூட அரசு கொடுக்கிற இலவச அரிசியை வச்சு கஞ்சித் தண்ணியாவது காச்சிப் பிள்ளைக பசி தீர்க்கலாம். வேகமா ஓட்டுச்சீட்டு கொடுக்கிற அரசு, ரேசன்கார்டு கொடுக்கிறதில சுணங்குது. நாமெல்லாம் ஓட்டுப்போட மட்டுமே விதிக்கப்பட்டவங்களா....

பள்ளிக்கூடம் விட்டதும் நாலுமணிக்கு மேல மனைவி ஒரு வீட்டில பாத்திரம் கழுவி, துணி துவைச்சுக் கொடுப்பாள். மாசம் ரெண்டாயிரம் ரூபாய் சம்பளம்; அன்றாடம் மிஞ்சும் சோறு, கொழம்பு, பலகாரமுன்னு கிடைச்சது. கொரோனா பரவலைக் கட்டுப்படுத்த வேலைக்காரி வச்சுக்கறதுக்கும் தடை வந்திருச்சு. அந்த வீட்டு வேலையும் போச்சு. அவுங்க ஒருமாசச் சம்பளம் ரெண்டாயிரத்தைக் கொடுத்து கட்டுப்பாடுகள் நீங்கினதும் கூப்பிடறேன்னு சொல்லிட்டாங்க. இந்தக் கொரோனா எப்ப ஓயும் எப்ப பிரச்சினைத் தீருமுன்னு யாருக்கும் தெரியலை! சுனாமி அலையாவது ரெண்டுநாளு, மூணு நாளுல வடிஞ்சிருச்சு. இந்தக் கொரோனா அலை எப்ப ஓயுமோ பிழைப்பு எப்ப விடியுமோ....!

அக்கம் பக்கம் எல்லாரிடமும் அரிசி, பருப்புன்னும், நூறு எரநூறுன்னும் கைமாத்து வாங்கியாச்சு. அவுகளும் நம்மளைப்போல அன்னாடங்காச்சிகள் தாம். வீட்டுச்சிறைக்குள்ள அடைஞ்சு கிடக்கிறவங்கதாம். நமக்குத் திரும்பக் கொடுக்க வக்கில்லாதபோது யாருகிட்ட போய்க் கதவைத் தட்டி என்ன கேட்கமுடியும்? தெருவில் நடமாட விட்டால்கூட மனைவியை அனுப்பி வேலை பார்க்கும் வீட்டில் அரிசி, பருப்புன்னு ஏதாவது வாங்கி வரச் சொல்லலாம். தெருவுக்கு தெருவு தகரங்கள், தட்டி அடைச்சு வச்சி காவலுக்கு போலீசையும் நிறுத்தியிருக்காங்க. அலறிகிட்டு ஓடும் ஆம்புலன்சுகளுக்கு மட்டுமே வழி. சக ஆட்டோக்கார நண்பர்கள் இறந்த சேதிக வாட்ஸ் அப்பில வந்தபடி இருக்கு; போக முடியலை. இந்தக் கொரோனா காலத்தில் நிம்மதியா வாழவும் முடியலை; சாகவும் முடியலை.'

வாட்ஸ்அப் நினைவு வந்ததும் அவனுக்கு ஒரு யோசனை தோன்றியது. முகத்தில் ஒரு மின்னல் தெளிவு! ஆட்டோ சவாரிக்கு

அவனை அழைக்கும் வாடிக்கைகாரர்களுக்கு, "இரண்டு நாளா சாப்பிடாமல் நாலு உயிர் சாவின் விளிம்பில் தவிக்கிறோம். ஏதாவது திங்கக் கொடுத்து எங்களைக் காப்பாத்துங்க..." என்று அவனது வீட்டு முகவரி, தெரு அடையாளங்களைக் குறிப்பிட்டு குறுஞ்செய்தி அனுப்பினான்.

அடுத்த ஐந்தாவது நிமிடத்தில் சரசரன்னு வாட்ஸ்அப்கள் கிண்கிணினு பொழிந்தன. குறுஞ்செய்திகளை வாசித்தான். "கொஞ்சம் பொறுத்துக்குங்க இன்னும் அரைமணி நேரத்தில் உணவுப் பண்டங்களோடு வருகிறோம்..." "உங்களுக்கு உதவத் தக்க ஏற்பாடு செய்கின்றோம்..." என்பதாகவே இருந்தன. எவரும் மறுக்கவில்லை! புதுத்தெம்போடு மனைவியிடம் சொல்ல ஓடினான். வீட்டில் மனைவி இல்லை. பிள்ளைகள் இரண்டும் பசிக் கிறக்கத்தில் வாடிய செடிகளாக சுருண்டு கிடந்தனர். அடுப்படி, குளியலறை, வீட்டின் பின்புறம் எல்லாம் கதறலோடு மனைவியைத் தேடினான். எங்கேயும் காணோம்.

"செல்லை நோண்டிக் கொண்டிருந்த நேரத்தில் அரவமில்லாமல் பூனைமிதியில் போனாளோ.. ஒருவேளை, ரயில் தண்டவாளத்துப் பக்கம் அரளிவிதை பறிச்சு வரப் போய்ட்டாளோ...பசிக்கிறக்கத்தில் எங்கேயும் விழுந்து கிடக்கிறாளோ... ஐயோ, கடவுளே... பிள்ளைகளை இந்தக்கதியில விட்டுட்டு அவளை எங்கே, எப்படித் தேடித் திரிவேன்..."

◻

16

வாயுள்ள பிள்ளை

கடந்த ஒருவாரமாகவே மாவூத்துவேலன் நினைவு, பூவைச் சுற்றிவரும் தேனீ போல சுற்றி சுற்றி வருகிறது. மாவூத்துவேலன் எனது நண்பனுமில்லை; சகவாசிப்பாளனுமில்லை; அக்கம் பக்கத்தானுமில்லை; ஊரூராய்த் திரிந்து யாசித்து தின்பவன்; என்னைவிட ஐந்தாறு வயசு மூத்தவன். வயசு முகத்தில் தெரியும்; உடல்வளர்ச்சியில் தெரியாது. கருஞ்சட்டிக் கருமேனி. கிழிந்த டிரவுசரை முடிந்திருப்பான்; மேலே பித்தானில்லா பழுப்பேறிய சட்டையை ஒரு ஊக்கால் பிணைத்திருப்பான். அது ஜன்னல் திரைபோல் மேலும் கீழும் விலகி காற்றிலாடி நெஞ்செலும்புகளையும், ஒட்டிய வயிறையும் காட்டும். அவனை யார் திட்டினாலும், அடித்தாலும் மறந்துவிடும் பிள்ளைமனது. வறுமையிலும் சிரித்தமுகம். எனக்கு பத்துவயதில் அவன் அறிமுகம்.

அவன் காலை ஏழுமணி வாக்கில் கிராமத்து ஜனங்கள் சாப்பிட்டு வேலைக்குக் கிளம்புமுன் ஒவ்வொரு வீட்டின்முன்னும் நிற்பான்; முக்கால்பகுதி மூடிய விழிகளை சிறுபட்டுப்பூச்சி சிறகசைப்பது போல் இமைகளை அசைத்தசைத்து பார்த்தவாறு சிரித்த முகமாய் "டகுடகு... டகுடகு டண்டகு டகுடகு.... டிவி டிவி... டிவி டிவி டிண்டகு டிவிடிவி..." என்று வாய் உறுமி மேளத்தை கம்பீரகாந்தமாய் ஒலிக்கும்; இடக்கை உறுமி அடிப்பதுபோல் அசையும்; வலக்கை லேஞ்சிகட்டி ஆடுவது போலும் சுழலும், கால்கள் ரெண்டும் மாறி மாறி தாள லயத்துக்கு ஏற்ப முன்னும் பின்னும் பக்க வாட்டிலும் அசைந்தபடியும் இருக்கும். தாள லய வீச்சு வெளிப்படும்போது ஒழுங்கில்லா கடைவாயிலிருந்து வழியும் சலவாய்நீரை வலக்கை துரிதகதியில் துடைத்து ஆட்ட அடவை மேற்கொள்ளும். எனது சிறுவயதில் இவ்வளவு நுட்பமாய்க் கவனித்தேனா தெரியவில்லை. ஆனால் மாவூத்துவேலனை அடுத்தடுத்து நான் பார்த்ததை நினைவுகூரும்போது இந்த நினைவுச் சித்திரம் மனதில் விரிந்து என்னுள் அவன் மீது அன்பைச் சுரக்கச் செய்கிறது.

அப்போது எனதப்பா இறந்த சமயம். அம்மாவும் நானும் பாட்டி வீட்டில் அடைக்கலம் புகுந்திருந்தோம். தாய்மாமாவுக்கு

ஆறுமாதத்திற்கு முன்தான் கல்யாணமாகியிருந்தது. மாமாவும், மனைவியும் ஆசிரியர்கள். மாமாவின் பள்ளி பத்துகிலோமீட்டர் தொலைவில் ஒரு கிராமத்தில் இருந்தது. அக்காவின் பள்ளி இந்தக் கிராமத்திலிருந்து மூன்று கிலோமீட்டர் தூரத்தில் உள்ள கிராமத்தில் இருந்தது. பள்ளிக்குப் போகும்போது மாமா சைக்கிளில் அக்காவை அவரது பள்ளியில் இறக்கிவிட்டுச் செல்வார். வரும்போது அக்கா நடந்துவரும். மாமா சைக்கிளில் வீடு திரும்புவார்.

இப்படியான ஓட்டத்தில் அக்கா கர்ப்பம் தரித்திருக்கிறாள் என்ற சந்தோசத்தில் மாமா முதல்நாள் இராத்திரி வாங்கிவந்த அல்வா, ஜிலேபிகளை காலையில் அக்கா என்னிடம் கொடுத்தாள். நான் அல்வாவாவை சுவைத்துக் கொண்டிருக்கும் வேளையில் மாவூத்துவேலன் எங்கள்வீட்டுவாசல்முன் அவனது தாளலயத்தை அவிழ்த்து விட்டான். அவனது தோற்றமும், சலவாய் வழியும் முகமும், இசைக்கோலமும் ஏற்படுத்திய பாதிப்பில் ஜிலேபியை அவனிடம் கொடுத்தேன். அவன் கையில் வாங்கி கண்ணருகே கொண்டு சென்று பார்த்தான்; அதன் நிறமும், மணமும், கையில் ஒட்டிய சக்கரைப் பாகின் பிசுபிசுப்பும் அவனை மகிழ்ச்சிப்படுத்த என்னை நிமிர்ந்து பார்த்து சிரித்தபடியே வாசலுக்கு வெளியே போனான்.

இதைக் கண்ட மாமா மனைவிக்கு கோபம் பொங்க, ''கழுதைக்குத் தெரியுமா கற்பூரவாசம்! இனம் இனத்தோடு சேருமாம்னு பிச்சைகாரனுக்கு ஜிலேபியைக் குடுக்கிறது பாரு'' என்னை அடிக்க வந்தது. வாசலைக் கடந்து கொண்டிருந்த மாவூத்து வேலன் காதில் விழுந்ததும், அவன் திரும்பிவந்து,'' ''சின்ன அய்யா, இதை நான் திங்கலை. இந்தாங்க, நீங்க வேண்டியதை எடுத்துகிட்டு எனக்கு இம்புட்டுண்டு குடுங்க'' என்றான்.

''ஆமாடா, ரெண்டுபேரும் ஒரே மாதிரிதான்; ரெண்டுபேரும் சேர்ந்து காக்காகடி கடிச்சுத் தின்னுங்க. ஆளும் முகரையும் பாரு. இனிமே இந்தப்பக்கம் வந்தா நடக்கிறது வேற!.'' என்றபடி அவனை விரட்டிட்டு என்னை அடிக்கவந்தது. நான் அம்மாவிடம் ஓடினேன். அக்காவின் தேள்கொட்டும் வார்த்தைகளை கேட்டதும் பொறுக்காது வந்த அம்மா, ''ஏய், நாக்கை அடக்கிப் பேசு. யாருக்கோ வாழ்வு வந்தா என்னமோ செய்வாங்களாம். அதுமாதிரி நடந்துக்கிறதை நிறுத்திக்க. எம்மவனுக்கு அவுங்கப்பா வாங்கிக் குடுத்து அவன் தின்னாத பலகாரத்தையா உங்கப்பன் வாங்கிக்

கொடுத்து நீ தின்னுருக்கப் போறே..." என்று பேசியதும் வீசிய புயலில் அக்கா தான் பணியாற்றும் கிராமத்துக்கே மாமாவுடன் குடியேறிவிட்டாள். குடும்பத்து வாரிசை சுமந்து கிட்டு இருக்கிறவளை விரட்டிவிட்டுட்டேயே என்று அம்மாவைத் திட்டி விட்டு பாட்டி மாமாவுடன் போய்விட்டது.

இந்நிகழ்வுக்குப் பின், மாலூத்துவேலன் எங்க வீட்டுப்பக்கம் வரவில்லை. என்றாலும் எங்கள் தெருவிலோ, அடுத்த தெருவிலோ அவன் எழுப்பும் "டண்டகு... டவிடவி டிண்டகு டிவி டிவி..." தாளகதி எனது மனத்துடிப்பில் கலந்து உடலெங்கும் புல்லரிக்கும். ஆண்டிபட்டியில் மேனிலைப் பள்ளிப்படிப்பும், மதுரையில் கல்லூரிப் படிப்பும் விடுதியில் தங்கி படிக்கப்போன போதும் கிராமத்துக்கு வருகையில் அவ்வப்போது மாலூத்துவேலன் நினைவு எழும். ஒரு விடுமுறையின்போது எப்படியாவது அவனைப் பார்க்க ஆவல் உந்தியது. எனது கிராமத்து நண்பர்கள் முத்துகிருஷ்ணன், ராமகிருஷ்ணன் ஆகியோருடன் அவன் இருக்கும் போடிதாசன்பட்டிக்கு சைக்கிளில் போனோம்.

மாலூத்துவேலனைப் பற்றி ஊர்மந்தைக் கடையில் ஒரு பெரியவரிடம் விசாரித்தோம். சுற்றியிருந்தவங்க எங்களை ஏற இறங்கப் பார்த்தார்கள். "என்ன விவரம்? அவன் ஏதாவது தின்பண்டத்தை எடுத்துட்டு வந்துட்டானா?"

"ஐயோ, பாவம்.! அதெல்லாம் ஏதுமில்லைங்க. அவனோட உறுமிப்பாட்டை கேட்டு ரொம்ப நாளாச்சு. அவனையும் பார்த்து ரொம்பநாளாச்சு; அவனைப் பார்க்கலாமுன்னு வந்தோம்."

"பாருய்யா..! நம்ம சலவாயனுக்கு ரசிகர்கள் எல்லாம் இருக்காங்க..!. அவனைப் பத்தி நீங்க சொல்றது சந்தோசமா இருக்கு. இங்கதான் வீட்டுக்கு வீடு அவன் போய் நின்னான்னா ஊத்துற கஞ்சியை குடிச்சுகிட்டு தோட்டக்காடுகச்சேவ திரிவான். களைஎடுக்கிற இடத்தில ஆளோட ஆள ரெண்டு களையைப் பறிச்சுக்கிட்டு வாய்க்கு வந்ததை பாடிக்கிட்டு நிப்பான். கடலை எடுக்கிற இடத்தில் அவன் ஆயிர கடலைக்கு தக்க கொடுக்கிற கூலியை வாங்கி நல்லதைப் பொல்லதைத் தின்னு வயித்துப் பிழைப்பை ஓட்டுறான். ஆளு வேளந்துட்டானில்ல, வெளியூர்க்காரக அவனுக்கு திங்க எதுவும் குடுக்கிறதில்லை. திருடனைக் கணக்கா அடிச்சு விரட்டுறாங்க. அதனால அவன் ஊரைவிட்டு எங்கேயும் போறதில்லை. உள்ளூரில யாரும் குடுத்தா தின்பான். இல்லாட்டி வேப்பம்மரத்தடியில பாட்டு படிச்சுகிட்டே படுத்துக்கிடப்பான்.

யாரும் ஏதாவது சொல்றவேலையைச் செய்வான். குடுக்கிறதைத் தின்பான். இப்படி அவன் பிழைப்பு ஓடுது.''

"அய்யா, அவனுக்கு, தாய் தகப்பன், சொந்த பந்தம்னு யாருமில்லையா..."

"அவனுக்கு சின்னவயசிலேயே கண்பார்வை குறைஞ்சு, சலவாய் வழிஞ்சு பேச்சும் சுத்தமா வரலை, வள்ளுவகுடும்பத்தில பிறந்திட்டு வாக்கு சொல்லமுடியாத பிள்ளை எப்படி பிழைக்கப்போறான்கிற கவலையில அவுங்க அப்பன் செத்துப் போனான். ஊருக்கு பஞ்சாங்கம், சாதகம் பார்த்து ஊருக்கு நல்லது சொல்லவேண்டிய பிள்ளை ஊருக்குவெளியே போய் உறுமியடிக்கிறதைப் பார்த்து வாய்த்தாளம் போட்டுத் திரியிறானேனு அம்மாக்காரியும் கவலைப்பட்டு அவனை பள்ளிகூடத்துக்கு அனுப்பினா; அவன் வசங்கல கவலையில நொந்து செத்துப் போனா.

அம்மா செத்ததுக்கு அக்கம்பக்கத்தார் வந்து அழுகுறாக. இவனுக்கு கவலை தெரியாம உறுமிக் கொட்டுக்காரன்களோட சேர்ந்து தாளம் போட்டு ஆடினான். இப்படிப் பயலை எப்படி வளர்க்கப்போறேன்னு அவனோட அம்மாத்தாகாரியும் ரெண்டுவருஷம் இவனோட மல்லுக்கட்டி, மன்றாடி மண்டையைப் போட்டுட்டா.. ஊரு பெரியமனுசங்க சேர்ந்து அவனைக் கூட்டிப்போயி உறுமிக்கொட்டுக்காரங்க கிட்டப் பேசி அவனுக்கு முறையா உறுமி கத்துக்குடுத்து உங்களோட சேர்த்துக்குங்கன்னு சொல்லிப் பார்த்தோம்; அவிங்க ஒத்துக்கலை. பிறவு, என்ன செய்ய? அவன் இந்த ஊருப்பிள்ளையாத்தான் திரியறான். தைப்பொங்கல், ஊரு முத்தாளம்மன் பொங்கல் காலங்களில்ல அவனுக்கு துணிமணி எடுத்துக் குடுப்போம். அம்புட்டுத்தான்.''

நாங்க பேசிகிட்டிருக்கும் போதே, யாரோ போயி அவனைத் தேடி இழுத்து வந்தார்கள். மந்தையில் கூட்டமா நிற்கிறதைப் பார்த்ததும், அவன் வரத்தயங்கி ஓட முயன்றான். அவனை இழுத்து வந்து என் கையில் கொடுத்தார் ஒருவர்.

என் கை பட்டதும் அவனது மூக்கு துடித்து, கண் ரெப்பை அடித்து "சிலேப்பி சின்ன அய்யாவா.. நல்லா இருக்கீகேளா? அம்மா, சொந்த பந்தமெல்லாம் நல்லா இருக்காகளா? படிப்பு முடிஞ்சு வேலை கிடைச்சுருச்சாய்யா" என்று கேட்கவும் எனது மேனி சிலிர்த்து விம்மி பெருமூச்சு விட்டு பேச்சிழந்து அவனைக் கட்டிப்பிடித்தேன்.

"நல்லா இருய்யா...நல்லா இருய்யா.." என்றபடி எனது பிடியிலிருந்து விலகி நின்றான். எனது நண்பர்கள் உட்பட ஊரே அன்னம்பாரித்து நின்றது. என்னைச் சுதாரித்துக்கொண்டு அவனை எங்களருகில் உட்காரவைத்து நாங்கள் கொண்டுவந்த பலகாரத்தைக் கொடுத்தேன். அவன் உட்கார மறுத்தான். பலகாரத்தை வாங்கிக் கொண்டான்.

ஊர்ப்பெரியவர், "எலேய் தம்பி, உம்பாட்டைக் கேட்கணுமுன்னு சித்தனம்பட்டியிலிருந்து வந்திருக்காகப்பா. செத்த பாடு."

"அப்படியா... யாராச்சும் ஒரு முடக்கு தண்ணி குடுங்க" என்று ஊர்ப்பெரியவரிடம் பலகாரப்பொட்டலத்தைக் கொடுத்தான். கைகளைக் குவித்து வாகாக தண்ணீர் குடிக்க முகத்தைத் தாழ்த்தினான்.

சாட்டையில் அடிபட்டதுபோல் எனது முதுகு நெளிந்தது. கடைக்காரர் செம்பிலிருந்து தண்ணீர் ஊற்றினார். தாகம் அடங்கவும் தலையை அசைத்தான். செம்பு நகரவும் தலை நிமிர்ந்து முகத்தை கைகளால் துடைத்தான். தனது இருகைகளை நீட்டி தன்னைச் சுற்றி ஒருமுறை சுழன்றான். அவனுக்கு இடம்கொடுத்து ஊரார் நகர்ந்து நின்றனர். நன்றாக எச்சிலை விழுங்கித் தொண்டையயச் செருமி சரிசெய்தான்.

நான் கொண்டுவந்த டேப்ரிகார்டரை இயக்கினேன். அவன் தொடங்கினான்.

இடக்கை உறுமி மேளம் அடிப்பதுபோல் அசைய; வலக்கை லேஞ்சி சுற்றியதுபோல் சுழன்றாட அதற்கேற்ப கால்கள் முன்னும் பின்னும்போய் ஆட..." ட்றும்..ட்றும்..ட்றும்..ற்.. ற்.. றும். டகுடகு டண்டகு டகுடகு... டிவிடிவி.. டிவி டிவி டிண்டகு டிகுடிகு... டிவி..டிவி....தன்னன்ன நகர்தன்ன தன்னன்ன நகர்தன்ன.." என்று புதுப்புது ஒலிலயங்களோடு, ஹேய்.. இந்தா.. இப்படி...இந்தா... இப்படி இப்படி என்று ஆட்ட உற்சாக ஒலிகளோடு ஆடினான். வேர்வை அருவியாய் வழிந்து மாவூத்து வேலனின் சட்டையை தொப்பலாக்கியது. நிஜமாகவே பல்சுவை தேவராட்டம் பார்ப்பதுபோல் உணர்வு ஏற்பட்டது. ஒருகட்டத்தில் அவனைத் துன்புறுத்துகிறோமோ என்ற உணர்வுவர அவனைக் கட்டிப்பிடித்து நிறுத்தினேன். அவனிடம் பத்து ரூபாய் கொடுத்தேன்.

"துட்டு வேண்டாம் சின்ன அய்யா. அதான் பலகாரம் குடுத்திட்டீங்கல்ல!" என்று மறுத்தான். உன்னை இன்னொரு சமயம் வந்து பார்க்கிறேன் என்று அவனிடம் விடை பெற்றேன். ஊர்ப்பெரியவரிடம் "அய்யா ரொம்ப நன்றி, மாவூத்துவேலனை பத்திரமா பார்த்துக்குங்க, இவனால இந்த ஊருக்கு நல்லபேரு கிடைக்கும்" அவரது கைகளைப் பற்றிச் சொல்லி புறப்பட்டோம்.

போகும்போது எனக்கு சைக்கிள் மிதிக்கத் தோன்றவில்லை. முத்துகிருஷ்ணன் மிதிக்க நான் பின்னால் உட்கார்ந்தேன். மாவூத்துவேலன் நினைவாகவே இருந்தேன். நண்பர்கள் இருவரும் ஏதேதோ பேசினார்கள்; என் மனதில் உட்காரவில்லை.

மதுரைக்கு வந்ததும் எனது நண்பர்கள் மூலம் மதுரை வானொலி நிலையத்தில் இயக்குநரைச் சந்தித்து மாவூத்துவேலன் பாடிய உறுமி தாளத்தைக் கேட்கச் செய்தேன். நன்றாக இருக்கிறது. இதைக் கோடை பண்பலை மூலம் அவரிடமே நேரேபோய் ஒலிப்பதிவு செய்து ஒலிபரப்ப ஏற்பாடு செய்கிறேன் என்றார்.

ஒருவாரம் அவகாசம் தெரிவித்து போடிதாசன்பட்டி கிராம அலுவலருக்கு தகவல் தெரிவித்துவிட்டு சோமாஸ்கந்தமூர்த்தியின் குழுவினர் கிராமியச்சூழலில் மாவூத்துவேலனின் உறுமித்தாள இசையை பதிவு செய்தனர். மூன்றாம்நாள் அறிவித்துவிட்டு மண்ணின் மணம் நிகழ்வில் அரைமணிநேரம் ஒலிபரப்பினார்கள். இத்தகவலறிந்த சுற்றிலும் உள்ள கிராமத்து மைக்செட்காரர்கள் டேப்பில் பதிந்து வைத்து சந்தர்ப்பம் வாய்த்தபோதெல்லாம் அவரவர் பாணியில் வர்ணனைகளோடு தமது ஒலிபெருக்கிகளில் ஒலிபரப்பினர். போடிதாசன்பட்டி பெயர், மாவூத்துவேலனின் தாளலயங்கள் கோடைபண்பலையில் வர்ணனையோடு உலாவந்தது. வேலனுக்கு வயிறுநிறைய ருசியான உணவும், நல்ல உடைகளும் கிடைத்தன. போடிதாசன பட்டிக்காரர்கள் சித்தனம்பட்டி பெரியவர்களிடம் என்னைப்பற்றி பெருமையாகப் பேசினராம்.

எனக்கு அந்த இசை நிகழ்ச்சியைக் கேட்க அவகாசம் கிட்டவில்லை; வேலைதேடி சென்னை, பெங்களுரு, ஐதராபாத் என்று அலைந்து கொண்டிருந்தேன். ஒருமாத அலைச்சல்களுக்குப் பின் சென்னையில் ஒரு தனியார் நிறுவனத்தில் தற்காலிகவேலை கிடைத்து. நல்லவேலை கிடைக்கும்வரை சோற்றுப்பாட்டுக்கு கவலை இல்லை. அம்மாவின் கவலைக்கு கொஞ்சம் ஆறுதல். டிசம்பரில் கிடைத்த மூன்றுநாள் விடுமுறையில் கிராமத்துக்கு அம்மாவைப் பார்க்க வந்தேன். நண்பர்களும் சேர்ந்து கொண்டனர்.

வழக்கமான ஊர்ப்புறனிக்குப் பின் மாவூத்துவேலனின் உறுமி தாள லய நிகழ்வை கோடைப்பண்பலை ஒலிபரப்பை எனக்கு போட்டுக் கேட்கச் செய்தார்கள். வேலனின் குரலில் உறுமி தாள முழுக்கத்தையும், குழைவையும் வெளிப்படுத்தும் விதமாக கேள்விகள் எழுப்பி மாவூத்துவேலனின் மனதில் பதிந்திருந்த இசைநுட்பத்தை கறந்து காற்றில் இசைவெள்ளத்தை மடை மாற்றியிருந்தார்கள். கேட்கும்போது அழுவும், மகிழவும், மனம் மெலிதாகி பறக்கவும் செய்வித்தது. உருகி, நெகிழ்ந்து, உடலற்று உணர்ந்தேன்.

நண்பர்கள் தயங்கித் தயங்கி என்னிடம் பேச்சைத் தொடங்குவது போலிருந்தது. என்னவென்றேன். "மாவூத்துவேலனின் கோடைப்பண்பலை நிகழ்ச்சி தென்மாவட்டங்கள் பூராவும் வேலனையும், அந்த ஊரையும் பற்றி பெருமையாகப் பேசச் செய்துவிட்டது. இதன் தாக்கத்தில் உள்ளூர் உறுமிமேளக்காரர்கள் மாவூத்துவேலனை தங்கள் குழுவில் சேர்த்து அவனுக்கு தக்க மரியாதை செய்கிறோம் என்று ஊர்க்காரர்களிடம் சொல்லி இருக்கிறார்கள்.

இந்தத் தருணத்தில் வைரஸ் காய்ச்சல் தாக்கி வேலனை சுருட்டி விழுங்கிவிட்டது. வேலன் இறந்த செய்தியை சுற்றுப் பட்டிகளில் உள்ள மைக்காரர்கள் தகவல் பரப்பி அந்தஊர் இதுவரை பார்த்திராத வகையில் பூவால அன்னப்பாடை ஜோடிச்சு தேவராட்ட ராஜா உடைகளும் உருமாலுமாய் வேலனை அலங்கரித்து ஆயிரம்பேர் நடந்துவர சவஊர்வலம் போனது." விம்மலோடு முத்துகிருஷ்ணன் சொன்னான்.

"அதுவுமில்லாமல் துக்கம் கேட்டு சுற்றுப்பட்டிகளில் ஊர்க்காரர்கள் கொண்டுவந்த தானிய தவசுகள், கோடித்துணிகள் எல்லாவற்றையும் ஊர்ப் பொதுவில் ஏலம்விட்டு கிடைத்த தொகையில் மாவூத்துவேலனுக்கு சமாதிகட்டி அதன்மேல் அவன் பாடி ஆடுவதுபோல் சிலையும் வைத்துள்ளார்கள்." என்ற ராமகிருஷ்ணன் உறைந்து போயிருந்த என்னை உலுக்கினான்.

"வா, போய்ப் பாப்போம், மாவூத்துவேலனின் சமாதியைப் பார்த்தால் உனது மனசுக்கு ஆறுதலாக இருக்கும்" என்றார்கள்.

"பார்க்க வேண்டாம். மாவூத்துவேலன் என் மனசில் உயிரோடவே இருக்கட்டும்." எழுந்து நகர்ந்தேன்.

[தினமணி கதிர்- 31-10-21.]

17

சொல்லப்படாத கதைகள்

எனது பள்ளிப்பருவ நண்பன் ஐயப்பனை நாற்பத்தைந்து ஆண்டுகளுக்குப் பின் சந்திக்க வாய்த்தது. அவன் அழைக்கவும் அவனது வீட்டுக்குச் சென்றேன். முதுமையில் தனிமை கிட்டும்போதெல்லாம் கடந்தகாலத்துள் குதித்து நினைவின் முத்தெடுத்து மகிழ்வதும், பழந்துயரிலிருந்து மீண்டதில் ஆறுதல் தேடிக்கொள்வதும் மனிதர்களுக்கு வாய்த்த வரம்! பழைய நினைவுகளைப் பகிர்ந்துகொள்ள ஒரு துணை கிடைத்தால் மனம் பேருவகைக் கொள்ளும்! இப்படியான மனநிலையில் எனது பள்ளிப்பருவ நண்பன் நாற்பத்தைந்து ஆண்டுகளுக்குப் பின் சந்தித்த என்னிடம் அவனது அனுபவங்களைப் பகிர்ந்தான். "ரொம்ப நாளைக்கப்புறம் உன்னைப் பார்த்ததும் பதினஞ்சுவயசு கொறஞ்சுருச்சுப்பா" என்றவனின் பேச்சைக் குறுக்கிடாமல் கேட்டுக் கொண்டிருந்தேன்.

"லாரி ஓட்டுறது ஒன்னை மாதிரி நேரப்படி, தூசிபடாம பார்க்கிற சர்க்காரு வேலையில்லலப்பா! ஊருவிட்டு ஊரு, மாநிலம் விட்டு, மாநிலம்னு ராத்திரி பகலா என்ஜின் வேக்காட்டில, வெயிலு வெக்கையில வெந்து, கூதக்காத்துல நடுங்கி, குண்டிகடுக்க உக்காந்து ஓட்டித் திரிவோம். தண்ணி கண்ட இடத்தில் கழிச்சு, குளிச்சு; ஒஞ்சநேரத்தில், கெடைச்சதைத் தின்னு, கண்ணசரும்போது உறங்கி, தூக்கம் முறியுமுன்னே எந்திரிச்சு நாள்கணக்கில் ஓட்டுவோம்.

வடக்கே ஆந்திரா, மகாராஷ்டிரா பக்கம் லோடு போகும் போதெல்லாம் உசிரைப் பிடிச்சுக்கிட்டுதான் போவோம். பலர் பலவிதமான கதைகளைச் சொல்லுவாங்க. எந்த இடத்தில், எந்த நேரத்தில் யாரு மறிப்பாங்களோ; என்ன செய்வாங்களோன்னு உயிர்பயத்திலதான் ஓட்டுவோம். ஆனாலும் அதில் உணர்ந்த சாகசமும், திகிலும், திரில்லும், வருமானமும், ஓய்வும் பிரசவ வைராக்கியம் கணக்கா அடுத்தடுத்து வடக்கு லோடுகளை ஏத்திப் போகவே தூண்டும்!

என் மொதல் மகாராஷ்டிரா ட்ரிப்பே புல்லரிக்கிற மாதிரி இருந்துச்சு. அது 1983 ஆம் வருசம். எங்கக்காவுக்கு கல்யாணம் நிச்சயமாகி இருந்தது. தை கடைசியில் கல்யாணம். இன்னும் பத்துபதினஞ்சு நாளு இருக்கு. வடக்கே ஒரு ட்ரிப்பு போயிவந்தால்

செலவுபோக ஆயிரம் ரூவா வரை மிஞ்சும்; ஒரு வாரம் லீவும் கிடைக்கும்ன்னு அந்த ட்ரிப்பு போக ஒத்துக்கிட்டேன்; நானும் லாரி முதலாளியான நண்பனும்தான் மாறி மாறி ஓட்டிட்டுப் போனோம். மகாராஷ்டிர மாநிலம் அமராவதி பக்கத்தில அகோலா என்ற ஊருக்கு பூச்சிமருந்து லோடு; '1210 பென்ஸ்' வண்டி தொலைதூர லோடுக்கு அலுப்பில்லாம, பராமரிப்பு செலவு பயமில்லாமப் போய்வரலாம். ராத்திரி பதினோருமணி வாக்கில ஆண்டிபட்டியிலிருந்து நான் கிருஷ்ணகிரி வரை ஓட்டினேன்;, ஓனர் பெங்ளூரைத் தாண்டி கர்னூல் வரை ஓட்டி ராத்திரி ஏழுமணிக்கு வண்டியை நிறுத்தினார்.

அங்கேயே சாப்பிட்டுட்டு ஸ்டேரிங்கை நான் பிடிச்சேன். வண்டி ஐதராபாத் தாண்டி நாக்பூர் ரோட்டில் போய்க்கொண்டிருந்தது. நல்ல இருட்டு; வண்டியின் முகப்புவெளிச்சமும், எதிரே வரிசையா வரும் லாரிகளின் வெளிச்சமும் தவிர வேறெதுமில்லை. ஓனர் தூங்கிக் கொண்டிருந்தார்; டேப்பில் சினிமாப்பாட்டு கேட்டுகிட்டே எதிரே பனிமூட்டமும் இருட்டுமாய் பரவிய திரையை முகப்புவிளக்கு வெளிச்சத்தில் ஊடுருவிப் பார்த்துகிட்டே ஓட்டுறேன். நிர்மல்டவுன் தாண்டி ஒரு மலையேறி இறங்கியபோது ஒரு ஜீப் வழிமறித்தது. டார்ச் அடித்து நாலைந்துபேர் நிறுத்தினர்.

எனக்கு குபுகுபுன்னு வேர்வை வழிந்தது. ஓனரை எழுப்பினேன். "ஏய் பதறாதே; வண்டியை நிறுத்து; இறங்கிறாதே!" என்றபடி எழுந்து உட்கார்ந்தார். எதிரே துப்பாக்கியைக் காட்டியபடி இரண்டுபேரும், பின்னால் ரெண்டுபேர் கையில் ஆயில் கேனும் சாக்கும் கொண்டு வந்தனர். ஒருத்தர் டார்ச்லைட் அடித்து வண்டியின் பெயரையும், நம்பரையும் பார்த்தார்.

எனக்கு திக்.. திக்குன்னு ஈரக்கொலை பதறுது. அக்காவுக்கு கல்யாணம் முடிவான நிலையில் எனக்கு ஏதாவது ஆச்சுன்னா அக்காவுக்கு கல்யாணம் நடக்குமா? அடுத்த தங்கச்சி பொழைப்பு எப்படி விடியுமோ...? காலம் பூராவும் மூடை தூக்கி குடும்பத்தையும் தூக்கிச் சொமந்த அப்பா, நான் தலை எடுக்கவும்தான் கொஞ்சம் முதுகு நிமிர்ந்தாரு. அவரு இனி என்ன செய்வாரு? குடும்பத்தை எப்படி காப்பாத்தப் போறாரோ...? ஒத்தைமகனை இழந்து அம்மா எப்படியெல்லாம் கதறுமோ? மொத வடக்குப் பயணமே கடைசிப் பயணமாயிருமோ. என்ஜின் ஓட்டத்தில் கீர் ராடு அதிர்வதுபோல் உடலெல்லாம் நடுங்கியது. அசையாமல் சீட்டில் ஒட்டிக் கொண்டேன்..

துப்பாக்கி ஏந்தியவர், "நீ தமிழ்நாடா? யேய் வண்டியை விட்டிறங்கப்பா; இந்தா, இந்தக்கேனில் நாப்பதுலிட்ரு டீசப்

பிடிச்சுக் குடு." என்று கம்பீரமாயிருந்த ஒருத்தர் உத்தரவு போட, இன்னொருத்தர் துப்பாக்கியைக் காட்டி எங்களை மிரட்டியபடி நின்றார். நாங்க மூச்சுகூட சத்தமா விடலை; வண்டிச்சாவியோடு கீழே இறங்கினோம்; குழாய் போட்டு உறிஞ்சி கேன் நிறைய டீசலை நெரப்பித் தந்தோம். "இந்தா, நாப்பது லிட்டர் டீசலுக்கு பணம்" என்று குடுத்தார். அப்போ எண்ணிப் பார்க்கல; பயத்தோட வாங்கிக்கிட்டோம்.

டார்ச் வெளிச்சத்தில் அந்த கம்பீர மனுசர் முகத்தைப் பார்த்தேன்; கண்ணுக ரெண்டும் வைரம் மாதிரி பளிச்சுன்னு மின்னுச்சு!.உருவத்தில, பேச்சில இருக்கிற மிரட்டல் கண்ணில தென்படலை! எனக்கு தைரியம் வந்தது. "அண்ணே நீங்க நம்ம மதுரைப் பக்கமாண்ணே." கேட்டுட்டேன்.

"எலேய், வாயைப் பொத்திக்கிட்டு திரும்பிப் பார்க்காமப் போயிட்டேயிரு" என்று அவர் சொல்லி, ஜீப்பில் பறந்தார். எங்களுக்கு போன உசுரு திரும்புச்சு. வண்டி மறைவிலே ஒண்ணுக்கு இருந்துட்டு வண்டியில ஏறினதும் மனசு ஆசுவாசப்பட்டது.

முதலாளி, அவுங்க கொடுத்த பணத்தை எண்ணினார்; ஆயிரத்து இரநூறு இருந்தது. "இன்னிக்கு டீசல்விலை முப்பத்திரண்டு ரூவா. இவிங்க முப்பது ரூவா மேனிக்கு நாப்பது லிட்ருக்கு ஆயிரத்து இருநூறு குடுத்திருக்காங்க. நல்ல வேளை! டீசல் பத்தாம நடுவழியில நின்னு நம்ம பக்கத்துக்காரன் யாரு வருவான்னு தொன்னாந்துகிட்டு நிக்க வச்சுருவாகளோன்னு பயந்தேன்; நல்ல மனுசனுங்க, எதுவும் செய்யலை!"

"அண்ணே இவிங்க யாரு? தீவிரவாதிக மாதிரி தெரியலையே!"

"இவிங்களை மாவோயிஸ்டுங்கிறாங்க; நக்சலைட்டுங்குறாங்க, மக்கள் போர்க்குழுங்கிறாங்க; இப்படி பலபேருல சொல்றாங்க. பணக்காரங்களைக் கொன்னு, கொள்ளையயடிச்சு ஏழைகளுக்கு குடுக்கிறவகன்னும், ஏழிக உரிமைகளுக்காகப் போராடுறவகன்னும் சொல்றாங்க. இப்படி செய்யிறது சட்டப்படி சரியான்னு தெரியல! எப்படி இருந்தா நமக்கென்ன? நமக்கு கெடுதல் எதுவும் செய்யலை, அம்புட்டுதான்!"

"அண்ணே, மனசெல்லாம் திக்கு திக்குன்னு அடிச்சுக்குச்சுண்ணே, அக்கா கல்யாண செலவுக்கு ஆகுமுன்னு வடக்கே வந்தோம்; உசிரும் போயி, அக்கா கல்யாணமும் நின்னுருமோ... குடும்பம் நடுத்தெருவுக்கு வந்துருமோன்னு பயந்தேன்ணே. நல்லகாலம் தப்பிச்சோம்ணே!"

"அப்படியெல்லாம் ஒன்னும் நடந்துறாதுப்பா; நம்ம கருப்பசாமி எப்படியும் காப்பாத்திரும், அச்சப்படாதப்பா" என்று ஓனர் சொன்னார். அவுங்க ஜீப் போனதுக்கப்புறம் அரைமணிநேரமா ஓனர் மோண்டு சிலிர்த்துப்போய் ஆடி நின்னது எனக்கு ஞாபகம் வந்து சிரிப்பு முட்டியது.

சிரிப்பை மாற்றக் கேட்டேன், "ஏண்ணே, இதுக்கு முந்தி நீங்க வடக்கே லோடுக்கு வரும்போது இப்படி எதுவும் நடந்துச்சா?"

"இவுங்களைப் பத்தி பல கதைகள் சொல்லுவாங்க. இவுங்களை நினைச்சா பயந்தான். ஆனா நம்மளை மாதிரி வடக்கே லோடு போயி வந்தவங்க எதையும் இழந்தமாதிரி தெரியலை. ஆனாலும் பலவாகில பலகதைகள் உலாவுது. நா மொத மொதல்ல விசாகப்பட்டினத்துக்கு திருநெவேலியிலிருந்து கிராபெட் லோடு ஏத்திக்கிட்டுப் போறப்ப, விசாகப்பட்டினத்துக்கு நுழையிற இடத்தில் ரெண்டு ரோடு பிரிஞ்சது. எந்த ரோட்டில போனா நான் லோடு இறக்கிற பாக்டரி இருக்குன்னு தெரிஞ்சுக்க, அங்க நின்ன ட்ராபிக் போலீஸ்சார்ஜன்ட் கிட்டக் கேட்டேன். போலீஸ் என்கிட்டே அஞ்சுரூவா கட்டாயப்படுத்தி பிடுங்கிகிட்டு வழியைச் சொன்னார்.

நான் வண்டியைக் கிளப்பும்போது ஒருத்தர் வழிமறித்து, இறங்கு என்று சைகை காட்டினார். சீவப்படாத கலைஞ்ச தலையும், தாடிமண்டிய மொகமுமாய் ஓங்குதாங்கா பேண்ட் பாக்கட்டில் கை வச்சு நின்னவரைப் பார்த்ததும் எனக்கு நடுக்கம் வந்திருச்சு. இன்னிக்கு செத்தோமுன்னு இறங்கினேன்.

அவுரு என்கிட்ட தமிழில பேசினார்; "போலீஸ்காரங்கிட்ட எவ்வளவு குடுத்தே?"

"அஞ்சுரூவா சார்."

"போய் வாங்கிட்டு வா"

"பரவாயில்லை சார், அஞ்சுரூவா தானே, போயிட்டுப் போகுது..."

"ஏய், போய் வாங்கிட்டு வற்றியா இல்லையா" அவரது முழியும் சொன்ன விதமும் பயமா இருந்துச்சு. விறுவிறுன்னு சார்ஜன்ட்கிட்ட போய் நடுங்கியபடி நடந்ததைச் சொன்னேன்; சார்ஜன்ட் நான் குடுத்த அஞ்சு ரூவாவைத் திருப்பிக் குடுத்துட்டு பைக்கில பறந்துட்டார். சிரிப்பு வந்துச்சு, சிரிக்க முடியலை. பயத்தோடு அந்தத் தாடிக்காரர் கிட்ட சார்ஜன்டிடம் வாங்கிய அஞ்சு ரூவாவைக் காட்டினேன் "இனிமே, போலீஸ் மட்டுமில்ல யாரு காசு கேட்டாலும் குடுக்கக் கூடாது" என்று கண்டிப்பும் பதமுமாய்

நான் போகவேண்டிய இடத்துக்கு வழியைச் சொன்னார். நன்றி சொல்லி நான் புறப்பட்டேன் என்று ஓனர் மெய் சிலிர்த்தார். சொல்லியபடி ஐயப்பன் என்னை நிமிர்ந்து பார்த்தார். "எனக்கும் உடம்பெல்லாம் சிலிர்க்கிறது" என்றேன்.

ஐயப்பனின் மனைவி சுக்குமல்லி காபி கொடுத்தார். இனிப்பும் காரமும் கலந்த சுவைநீர் இளஞ்சூட்டில் உள்ளே போகவும் ஐயப்பன் உற்சாகமாகப் பேச்சைத் தொடர்ந்தார். "எனது மகன்கள் ரெண்டுபேரும் வளர வளர வடக்கு பயணத்தை குறைச்சுகிட்டே வந்து அஞ்சு வருசமா நிறுத்தி இருந்தேன். பெரியமகன் வடக்கு லோடு போனாத்தான் புதுசா வாங்கின லாரிக்கடனை அடைக்க முடியும்னு ஒத்தைக்கால்ல நின்னான். அவன் சொல்றது சரியாப் பட்டது. நான் அவனை மகாராஷ்டிர மாநிலம் அமராவதிக்கு லோடு கொண்டுபோக வழிகாட்டி டிரைவராப் போனேன். இந்ததடவை மகன் பெங்ளூரைக் கடந்து கர்னூல் வரை ஓட்டி வந்தான். ரெண்டுவழிச் சாலையெல்லாம் ஆறுவழி, எட்டுவழி புறச்சாலைகள்ன்னு மாறுனதால சிரமம் தெரியல. முந்தி மாநில எல்லையில் மட்டும் செக்போஸ்ட் இருக்கும். ஆனா, இப்ப நாப்பது கிலோ மீட்டருக்கு ஒரு இடத்தில் டோல்கேட்டு போட்டுக்கிட்டு தனியார் கம்பனிக அடிக்கிற கொள்ளை சகிக்கமுடியலை. நாங்க லோடுக்காக வாங்குற பணத்தில மூணுல ஒருபங்கு டோலுக்கே அழுக வேண்டியிருக்கு.

ரோட்டோர ஓட்டலுகளும் அப்படியே! அவனுக குடுக்கிற உணவு திங்க விளங்காது; ஆனா அவுனுக குடுக்கிறதுதான் உணவு! சொல்றதுதான் விலை! பெரும்பாலான ஓட்டல்களை ஆளுங்கட்சி காரர்களின் பினாமிகள் நடத்துறாங்கலாம்; எதிர்க்கேள்வி கேப்பாரு இல்லை. முந்தி சாலையோர ஓட்டல்களில் தீவிரவாதிகளுக்கு பயந்து சரியான விலைக்கு ஓரளவு ருசியாகத் திங்கக் கிடைக்கும். இப்போ ரோட்டை மறித்து டோலிலும், ஓட்டலிலும் கொள்ளை அடிக்கிறதெல்லாம் அரசியல் பினாமிகள் தான்.

இது ஒரு தொல்லைன்னா; இன்னொரு தொல்லை, காடு, மரங்களை எல்லாம் அழிச்சி ரோடா, வீட்டடி மனைகளாக்கிட்டாதால கண்ணுக்கு குளிர்ச்சியா பச்சையே இல்லை; வெட்டவெளி வெயில் நேரா கண்ணையே தாக்குது. தொடர்ந்து வண்டி ஓட்றது சள்ளையா இருக்கு; இதைவிட ராத்திரியில் எதிரில் வர்ற லாரிக்காரனுக முகப்பு லைட்டை டிம் பண்ணவே மாட்டானுக. அந்தக் குருட்டு வெளிச்சத்தை சமாளிச்சு ஓட்றது பெரிய சவாலுதான். ராத்திரியிலும், பகலிலும் ஒருமணி வாக்கில் நல்ல இடமாப் பார்த்து

ஓரங்கட்டிருவோம். வடமாநிலக் கொள்ளையருக்கு பயந்து நம்ம மாநில வண்டிகளோடு சேர்ந்துதான் போகணும்.

இப்போ ஐதராபாத்தைத் தாண்டி போற நாக்பூர்ரோடு, நிர்மல் ஊருக்குள் போறதில்லை. அந்த மலைக்கு மேற்குப் புறமாக போகுது. ஆனா அந்த இடத்தைக் கடக்கும்போது எனையறியாம ஸ்டீரிங்கை ஸ்டெடி பண்ணிக்கிட்டு கையெடுத்துக் கும்பிட்டேன். மகன் கேட்டான்: "என்னப்பா கோயிலுமில்லை ஒண்ணுமில்லை நீ கையெடுத்துக் கும்பிடறே!"

கண்ணீர் பொங்க அந்த சம்பவத்தைச் சொன்னேன்; அவன்மேனியும் புல்லரிச்சது! பூச்சிமருந்துலோடை இறக்கிட்டு, திருவனந்தபுரத்துக்கு கமலா ஆரஞ்சு லோடு ஏத்திக்கிட்டு திரும்பி வரும்போது மகன்தான் ஓட்டினான். அந்த நிர்மல் பகுதியைக் கடக்கும்போது அவனும் கையெடுத்துக் கும்பிட்டான். மகன் நம்ம லைன்ல வந்துட்டான்கிற நம்பிக்கை எனக்கு வந்தது.

கர்நூல் எல்லையில் வண்டியை நிறுத்தி செத்தவடம் கண்ணசந்த பிறகு, நான் ஓட்டினேன். ஓசுரைக் கடந்து கிருஷ்ணகிரியை ஓட்டிய மலை ரோட்டோரம் குளிரில் நடுங்கியபடி ஒருத்தர் படுத்திருந்தது கண்ணில் பட்டது. கடந்துபோக மனம் ஒப்பலை. வண்டியை ஓரம் கட்டினேன். இறங்கிப்போய் பார்த்தேன்; இருபத்தஞ்சு வருசத்துக்கு முன் துப்பாக்கியோடு பார்த்த கம்பீரமான மனுஷர்! முகம் கருத்து தாடிமேவி, ஆழக்கிணத்தில் மினுங்கும் சூரியன் மாதிரி கண்ணுக்குழியில் படர்ந்த பீளையை மீறி மின்னிய கண்கள் என்னை உருக்கியது. "தோழரண்ணே, எந்திரிண்ணே"னு நெஞ்சோடு அணைத்து தூக்கினேன். அழுக்கடைந்து கிழிந்த பேண்ட்டு சட்டையில் கனத்த கம்பீரமேனி காத்தாயிருந்தது; சூறைக்காத்தை போலத் திமிரினார். எனது வார்த்தைகள் அவருக்கு இதமா இருந்திருக்கும் போல. தன்னை விடுவித்துக் கொண்டு உட்கார்ந்தார். கண்களைத் துடைச்சுக்கிட்டு எம்மொகத்தை செத்தநொடி உத்துப் பார்த்தார். எந்திரிக்க முயன்றார். அவரை அணைச்சு நடத்தினேன்..

"தோழரண்ணே நம்மூர் பக்கம்தான் போறேன். வாங்க, நம்ம ஊட்டில தங்குங்க. உடம்பு தேறினதுக்கப்புறம் ஊரைச் சொல்லுங்க உங்களை ஊட்டில விட்டுர்றேன்." அவர் மறுத்து கையசைத்தார்.

"சரி, மொதல்ல சாப்பிடுங்க; ஊருக்குப் போறதை அப்புறம் பேசுவோம்" என்று கெஞ்சி அவரை வண்டியில் ஏத்தினேன். தண்ணி குடுத்தேன். சிரமப்பட்டு முடக்கு முடக்கா முழுங்கினார். ஓரக்கண்ணால் பார்த்தேன். அவர் முகத்தில் தெம்பு தென்பட்டது.

ஆர்வத்தை அடக்க முடியாமல் பணிவாய்க் கேட்டேன்; "தோழரண்ணே, என்னாச்சுண்ணே?"

அஞ்சு நிமிஷம் அமைதியாய் கண்ணை மூடியிருந்தார். கேட்டது தப்போன்னு எம்மனசு பதறுச்சு. ஒரு நெடுமூச்சு விட்டு, மரம் பழுத்த இலைகளை மெதுவா உதிர்க்கிற மாதிரி வார்த்தைகளை உதிர்த்தார்.

"நாங்க எந்த ஜனங்களுக்காகப் போராடுனமோ, அவுங்களும் எங்களைப் புரிஞ்சிக்கலை. எங்க ஆளுகக்குள்ளேயும் புரிதலும் ஒற்றுமையும் இல்லை; எல்லாம் அறுந்த இழை சிந்து இழையாகி சிதறிப் போச்சு" என்று பெருமூச்சு விட்டார்.

எம்மனசு ஒரு நிலைப்படலை. நான் எதுவும் பேசாம வண்டியை செலுத்தினேன். கிருஷ்ணகிரி ஊருக்குள் நுழைந்து நல்லதாகத் தெரிந்த ஓட்டல் முன் நிறுத்தினேன். மூவரும் இறங்கினோம். வெறும் விரலால் பல்தேய்ச்சு வாய்க் கொப்பளிச்சு ஒட்கார்ந்தோம். அவரு சாப்பிட்டு இரண்டுநாள் இருக்கலாம். தண்ணீ குடிக்கவே சிரமப்பட்டார். அதனால மூவருக்கும் தேங்காய்ப்பால், இடியாப்பம் சொன்னேன். அவரது கண்கள் பனியில் நனைந்த நட்சத்திரங்களாக மின்னின. எம்மகனின் மொகச் சாயலைக் கவனிச்சு எம்மகனானு சைகையில் கேட்டார். ஆமாம்னேன்; மகனது தோளைத் தட்டி வாழ்த்துறது மாதிரி பார்த்தார். இடியாப்பத்தில் தேங்காய்ப்பாலை ஊத்தி நல்லா நீர்க்கப் பெசைஞ்சு மோர்ச்சோறு சாப்பிடுற சிறுபையனைப் போலச் சாப்பிட்டார்.

அவரு குனிஞ்சிருந்தாலும் அவரது நீளமான ஓரக்கண்களும், வெடைச்ச காதுகளும் சுத்தி நடப்பதை எல்லாம் கவனிக்கிற மாதிரி தோணுச்சு.! அவரு இன்னமும் போராளிதானோ...! ரெண்டுசெட் இடியாப்பத்துக்கு மேல வேற எதுவும் வேணாம்னு சைகையில் சொன்னார். நாங்கள் மேற்கொண்டு ஒரு தோசை வாங்கி சாப்பிட்டு முடிக்கிற வரை இடியாப்பத்தை மெதுவாக முழுங்கிக் கொண்டிருந்தார். டீயோ, காபியோ வேணாமுனார். நாங்க ரெண்டுபேரும் டீக்காகக் காத்திருக்கிறப்ப ஒண்ணுக்குப் போய் வர்றேன்னு சைகை காட்டிட்டுப் போனார். நாங்கள் டீ குடிச்சு முடிக்கிறவரை அவர் திரும்பலை. கல்லாவில் பணம் குடுத்திட்டு அவரை அந்தப் பகுதியில் நாலாதிசையிலும் தேடினோம். தென்படலை. உயிர்காத்த தெய்வம் கைகிட்ட வந்தும் அவரை பாதுகாத்து பராமரிக்கிற வாய்ப்பை நழுவ விட்டுட்டோமே என்ற ஏக்கம் இன்னும் தீரலை" என்று ஐயப்பன் பெருமூச்சுவிட்டு முகம்வாடிக் கைகளைப் பிசைந்தார்.

ஜனவரி, மார்ச் 2022 தளம் காலாண்டிதழ்

ஆசிரியரின் பிற நூல்கள்

கவிதை;

1] ஆலிவ் இலைகளேந்தி [1993]

[2]சூரியனைக் கிள்ளி- ஹைக்கூ-]2002]

[3] மஞ்சள் சிலுவை - [2004]

சிறுகதை;

1]வரிசை [1998].

2] ஆளுமை- 2004

3] வாஞ்சை. [2 0 0 6]

4] கண்களை விற்று …[2010]

5] புத்திக்கொள்முதல் [2015]

6] காரணம் அறிகிலார்… [2019]

7] காத்திருப்பு [2021]

கட்டுரைத்தொகுப்பு;

1]கே.எம். வாழ்வும் பணியும் [2005]

2] கந்தர்வன் படைப்புலகம்- [2005]

3] கி.ரா.வின் காயிதங்கள். [2010]

4] இந்திய இலக்கிய சிற்பிகள்-கந்தர்வன்-
[சாகித்ய அகதெமி வெளியீடு]

புதினம்;

ஏலோ-லம்-[2022]

குறுநாவல்;

தெளிவு-3 குறுநாவல்கள் கொண்ட தொகுப்பு [2022]